AF747015

தேவர்

ஒரு வாழ்க்கை

பாலு சத்யா

இயற்பெயர் கே. பாலசுப்ரமணியன். கடந்த பன்னிரண்டு வருடங்களாகப் பத்திரிகைகளில் எழுதி வருபவர். கல்கி, குங்குமம் இதழ்களில் நிருபராகப் பணியாற்றியவர். பெண்ணே நீ மாத இதழில் பொறுப்பாசிரியராக இருந்தவர். நான்கு சிறுகதைத் தொகுப்புகளும் ஒரு மொழிபெயர்ப்பு நூலும் வெளிவந்துள்ளன. லில்லி தேவசிகாமணி இலக்கிய விருது, பாரத ஸ்டேட் வங்கி இலக்கிய விருது, இலக்கியச் சிந்தனை பரிசு உள்ளிட்ட பல பரிசுகளை சிறுகதைகளுக்காகப் பெற்றவர். இயக்குநர் பாலுமகேந்திராவிடம் உதவி இயக்குநராகப் பணியாற்றியவர். தற்போது கிழக்கு பதிப்பகத்தில் காப்பி எடிட்டராகப் பணியாற்றுகிறார்.

ஆசிரியரின் பிற நூல்கள்

ஓஷோ: ஒரு வாழ்க்கை

ஜார்ஜ் வாஷிங்டன்

ஆபிரஹாம் லிங்கன்: அடிமைகளின் சூரியன்

மார்ட்டின் லூதர் கிங்: கறுப்பு வெள்ளை

தேவர்

ஒரு வாழ்க்கை

பாலு சத்யா

கிழக்கு

தேவர்: ஒரு வாழ்க்கை
Devar: Oru Vazhkai
by Balu Sathya ©

First Edition: November 2010
152 Pages
Printed in India.

ISBN 978-81-8493-586-8
Title No. Kizhakku 572

Kizhakku Pathippagam
177/103, First Floor,
Ambal's Building, Lloyds Road,
Royapettah, Chennai 600 014.
Ph: +91-44-4200-9603

Email : support@nhm.in
Website : www.nhm.in

Author's Email : balusathyak@gmail.com

Cover Image : S.V. Jayababu

Printed in India by Repro India Ltd., Navi Mumbai

Kizhakku Pathippagam is an imprint of New Horizon Media Private Limited

நண்பர்கள்

எல். சுரேஷுக்கும் ஏ.பி. முகனுக்கும்

பொருளடக்கம்

1

பரம்பரை வீடு

'நினைக்கும்போதே வணங்கத் தூண்டும் மகா உத்தமத் தலைவர் பசும்பொன் தேவர் அவர்கள். ஆயிரம் வருடங்களுக்கு முன்பும் சரி, பின்பும் சரி, அவர் மாதிரி நிறைவான தலைவரை நாடு உண்டாக்கி யது மில்லை. உண்டாக்கப் போவது மில்லை.'

– முன்னாள் தமிழக முதலமைச்சர் எம்.ஜி.ஆர்.

பாளம் பாளமாக வெடித்துக் கிடக்கும் நெல் வயல்கள். நாள் கணக்கில் பொட்டுத் தண்ணீர்கூடப் படாமல் வறண்டு கிடக்கும் குளங்கள், கண்மாய்கள், ஆறுகள், வாய்க்கால்கள். அவற்றுக்குக் காவல் இருக்கும் கருவேல முள் மரங்கள். சாலை நெடுக, ஆங்காங்கே, வானத்தை ஏக்கத்தோடு பார்த்தபடி, உயிரைக் கையில் பிடித்துக்கொண்டு நிற்கும் வாடிய மரங்கள். பார்த்ததுமே கதறி அழும் ஏழை ஜனங்கள். கண்ணீரிலேயே அவர்களுடைய அகோரப் பசி தெரிகிறது. இவற்றையெல்லாம் பார்க்கப் பார்க்கத் திரும்பிப் போய்விடலாமா என்று இருந்தது உடையான் சேதுபதிக்கு.

உடையான் சேதுபதி, ராமநாதபுரம் சீமையின் மகாராஜா. அவ்வப்போது நாட்டைச் சுற்றிப் பார்ப்பது அவர் வழக்கம். பொதுவாகவே வறட்சி நிரம்பிய பகுதி என்றாலும் இந்த முறை

வெறுமையின் தாக்கம் அதிகமாக இருந்தது. ஆண்டுக் கணக்கில் மழை இல்லையென்றால் மரங்களும், செடிகொடிகளும் நிலங்களும்தான் என்ன செய்யும்? மனிதர்கள்தான் என்ன செய்வார்கள்?

உற்சாகத்தோடும் எதிர்பார்ப்போடும் அரண்மனையில் இருந்து கிளம்பியிருந்தார் உடையான் சேதுபதி. இரண்டு மூன்று நாள்களிலேயே இப்படி ஒரு வெறுமை அவரை எதிர்கொள்ளும் என்று அவர் எதிர்பார்த்திருக்கவில்லை.

அவருடைய குதிரை மிக மெதுவாக நடைபோட்டுக் கொண்டிருந்தது. மன்னர் எவ்வழி, மக்களும் அவ்வழி. தொடர்ந்து வந்த பரிவாரங்களும் மெதுவாக அவரைப் பின் தொடர்ந்துகொண்டிருந்தன.

சாலையோரத்தில் ஒரு அரச மரம் தெரிய, அப்போதுதான் அவருக்கு வெயிலின் உக்கிரம் உறைத்தது. நிழலைத் தேடி தன்னிச்சையாக குதிரையைச் செலுத்தினார். குதிரையிலிருந்து இறங்கினார். மரத்தில் சாய்ந்து நின்றுகொண்டு எங்கேயோ வெறிக்கப் பார்த்தபடி இருந்தார்.

பரிவாரங்கள் தூரத்தில், மன்னர் உத்தரவு வருவதற்காகக் காத்திருந்தன. அமைச்சர், மன்னருக்கு அருகே செல்லலாமா, வேண்டாமா என்று புரியாதவராகச் சற்றுத் தள்ளி நின்று கொண்டிருந்தார்.

அந்தச் சமயத்தில் இரண்டு பெண்கள் காலி குடங்களுடன் கடந்து போனார்கள். அவர்கள், மன்னரையோ பரிவாரங்களையோ கவனித்தவர்களாகத் தெரியவில்லை. கண்கள் மேல் நோக்கி வானத்தைப் பார்த்தபடி இருந்தன. உடையான் சேதுபதி ஆச்சரியத்தோடு அவர்களைப் பார்த்தார். அவர்கள் பார்த்த திசையை நோக்கித் தன் கண்களைத் திருப்பினார்.

இரண்டு மேகங்கள் தவழ்ந்துகொண்டிருந்தன. லேசாகக் கருமை பூசிய மேகங்கள்.

'என்னாடி மழை மேகமாட்டம் தெரியுது. இன்னிக்கி மழை பெய்யுமா?'

'நீ வேற. நம்ம ஊர்லயாவது, மழை பெய்யறதாவது.. அது தவசிக் குறிச்சிக்கிப் போகுற மேகம்டி.'

அவர்கள் மேலும் ஏதேதோ பேசிக்கொண்டு நடந்து போனார்கள். மன்னர் திரும்பிப் பார்த்தார். குறிப்பறிந்தவராக அமைச்சர் ஓடி வந்தார்.

'அமைச்சரே! அந்தப் பெண் சொன்னதைக் கேட்டீர்களா?'

'கேட்டேன் மன்னவா!'

'மழை மேகம் என்றால் தவசிக்குறிச்சிக்குத்தான் போகும் என்று அந்தப் பெண் எப்படி அவ்வளவு உறுதியாகச் சொல்கிறாள்?'

'அது அவளுடைய நம்பிக்கை. இவள் மட்டுமல்ல மன்னா! இன்னும் நிறையபேர் அந்த ஊரைப் பற்றிப் புகழ்ந்து பேசியதை நான் கேட்டிருக்கிறேன்.'

'அந்த ஊர் எங்கே இருக்கிறது?'

'நம் ராஜ்யத்தில்தான். ஒரு நாள் பயணம் செய்தால் தவசிக் குறிச்சிக்குப் போய்விடலாம்.'

'இப்போதே கிளம்புவோம். பரிவாரங்களைப் பின் தொடரச் சொல்லுங்கள்!'

குதிரை அவருடைய மனத்தைப் புரிந்துகொண்டதைப் போல வேகமெடுத்தது.

களைப்புத் தீரக் கொஞ்ச நேரம் ஓய்வு. இரவில் சிறிது நேரம் உறக்கம். மற்றபடி பயணம். தவசிக்குறிச்சியைப் பார்த்துவிட வேண்டும் என்கிற தீராத வேட்கை கிளம்பியிருந்தது உடையான் சேதுபதிக்கு.

தூரத்தில் இருந்து பார்த்தபோதே தனியாகத் தெரிந்தது அந்தச் சிற்றூர். சுற்றியிருந்த வயல்களில் பச்சைப் பசேலெனக் கதிர்கள் காற்றுக்கு ஆடிக்கொண்டிருந்தன. சாலையில் இருந்த மரங்கள் செழித்து வளர்ந்திருந்தன. திருவிழாவுக்குப் போவதைப் போல மக்கள் அந்த ஊரை நோக்கிப் போய்க் கொண்டிருந்தார்கள்.

மன்னர் ஒரு கணம் தாமதித்தார். சாலையோரமாக குதிரையை நிறுத்தினார். அமைச்சரை அழைத்தார். 'இந்த மக்கள் எல்லாம் யார்? எதற்காக இந்த ஊருக்குப் போகிறார்கள்? இந்த ஊரில் இன்றைக்கு ஏதாவது விசேஷமா? விசாரித்து வாருங்கள்!'

'உத்தரவு அரசே!'

சற்று நேரத்தில் திரும்பி வந்தார் அமைச்சர்.

'அரசே! விழா எதுவுமில்லை. சாதாரணமாகவே இவ்வளவு மக்கள் இந்த ஊருக்கு தினமும் வந்து போகிறார்கள். அவர்களில் பாதிப் பேர் பிரயாணிகள். ராமேஸ்வரத்துக்கும், கொடுமலூருக்கும், திருச்செந்தூருக்கும் சென்று திரும்பும் பக்தர்கள். மீதிப் பேர் தங்களுடைய தீராத நோய்களுக்கு சிகிச்சை பெற வந்திருப்பவர்கள். இந்த ஊர் தவச்சாலைகளில் இருக்கும் முனிவர்களிடம் சிகிச்சை பெற்றால், எப்படிப்பட்ட வியாதியும் குணமாகிவிடும் என்கிற நம்பிக்கை கொண்டிருக்கிறார்கள்.'

உடையான் சேதுபதி மேற்கொண்டு எதுவும் கேட்கவில்லை. ஊருக்குள் நுழைந்தார். ஊருக்கு நடுவே இருந்த குளத்தில் நீர் ததும்பிக் கிடந்தது. சிறுவர்கள் குதித்து, நீந்தி, விளையாடிக் கொண்டிருந்தார்கள்.

பல இடங்களில் வைக்கப்பட்டிருந்த தண்ணீர் பந்தல்களில், பயணிகள் நீரருந்தி களைப்பாறிக்கொண்டிருந்தார்கள். மன்னரும் பரிவாரமும் உள்ளே நுழைந்ததும், எல்லோரும் யார், என்ன என்று விசாரித்தபடி பின் தொடர்ந்தார்கள்.

மன்னரும் மற்றவர்களும் தவ ஞானிகள் அமைத்திருந்த குடில்களைப் பார்த்தார்கள். அசந்து போனார்கள். அவ்வளவு சுத்தம். நோயாளிகளுக்கு முழுமையான சிகிச்சை. ஆதரவற்றவர்களுக்கு அரவணைப்பு. அள்ளி அள்ளி அளிக்கப்படும் அன்பு. பசியோடு வரும் வறியவர்களுக்கு உணவு.

இது எப்படி சாத்தியம்? நாடே மழை இன்றி வறண்டு கிடக்கிறது. ஒரு குந்துமணி தங்கம் கொள்ளை விலையில். இத்தனை பேரை அரவணைக்க பொருள் வேண்டுமே! அதன் ஆதாரம் எங்கிருக்கிறது? பணமில்லாமல் எதுவுமே சாத்தியமில்லை. மன்னர் மனத்துக்குள் குழம்பினார். ஒரு குடிலை நெருங்கினார். அங்கே இருந்த முனிவர் ஒருவரை அழைத்தார். தனக்கு ஏற்பட்ட சந்தேகத்தை வெளிப்படையாகவே கேட்டார். முனிவர் சிரித்தார். 'இது மாய வித்தைதான். இதன் பெயர் ரசவாதம்' என்றார். செய்தும் காண்பித்தார்.

அந்த வித்தையில் தங்கம் கிடைத்தது. முனிவர் ஒரு ரசவாதத்தில் செய்த ஒரு பொற்காசை மன்னரிடம் நீட்டினார். மன்னர், அந்தத்

தங்கத்தைச் சோதித்துப் பார்த்தார். மாசற்ற தங்கம். மாசு மறுவில்லாத பொன். பசும்பொன். அசந்து போனார் அரசர்.

'இந்தத் தங்கத்தைக் கொண்டுதான் நாங்கள் எங்களை நாடி வருபவர்களுக்கு உதவுகிறோம்.'

'இதே போலப் பல மடங்கு தங்கத்தை நீங்கள் உற்பத்தி செய்ய லாமே! அதனால் நம் நாடே சுபிட்சம் பெறுமே!'

'தவறு அரசே! அது இயற்கைக்கு முரண். நாங்கள் செய்வது வறியவர்களுக்கு எங்களால் ஆனா ஏதோ ஒரு சிறு உதவி. அவ்வளவுதான்.'

உடையான் சேதுபதி அந்த ஒரே பதிலில் திருப்தி அடைந்து விட்டார். ஆனாலும், அவரது ராஜ்ஜியத்துக்கு உட்பட்ட இந்தப் பகுதிக்குத் தன்னால் ஆன ஒரு பிரத்யேகமான அடையாளத்தைத் தந்துவிட்டுச் செல்லவேண்டும் என்கிற வேட்கை உள்ளுக்குள் தவித்துக்கொண்டே இருந்தது.

'முனிவரே! இது என் ஆணை. இன்றிலிருந்து இந்த ஊர் 'தவசிக்குறிச்சி பசும்பொன்' என்று அழைக்கப்படும்'

'நல்லது மன்னா!'

அன்றிலிருந்து அந்த ஊர் 'பசும்பொன்' என்று அழைக்கப்பட்டது. இன்றைக்கும் அந்த ஊரில் ஓடும் சிறிய ஓடைக்கு மேல் பகுதியில் இருக்கும் ஊர் 'பசும்பொன்' என்றும், கீழ்ப்பகுதி 'தவசிக்குறிச்சி' என்றும் அழைக்கப்படுகிறது. காலம் காலமாகச் சொல்லப்பட்டு வரும் கதை இது.

இது நடந்தது கி.பி. 1434ம் ஆண்டு. சரியாக 475 வருடங்கள் கழித்து அதே தவசிக்குறிச்சியில் வசித்த உக்கிரபாண்டி தேவருக்கும் இந்திராணியம்மாளுக்கும் முத்துராமலிங்க தேவர் பிறந்தார்.

அவரையும் மக்கள் 'பசும்பொன்' என்றுதான் அழைத்தார்கள். அது பொருள் உணர்ந்து எல்லோரும் அழைத்த பெயர். அவர் வாழ்ந்த வீட்டை 'கிழக்கு வீடு' என்று ஊர்க்காரர்கள் மரியாதை யுடன் அழைத்தனர்.

★

ஆதி சிறைமீட்ட தேவருக்குச் சொந்த ஊர் கீழராமனதி. அங்கிருந்து கி.பி. பதினெட்டாம் நூற்றாண்டின் பிற்பகுதியில்,

‘பசும்பொன்’ என்ற தவசிக்குறிச்சிக்கு வந்தார். கிழக்கு வீட்டில் குடியேறினார். வந்த கொஞ்ச நாளிலேயே அவருடைய துணிச்சலும் வீரமும் அக்கம்பக்கத்தில் இருந்த ஊர்களுக்குப் பரவ ஆரம்பித்தது.

ஆதி சிறைமீட்ட தேவரைப் பற்றிய நல்ல செய்திகள் ஒருவர் காதில் விழுந்தன. அவர் பெயர் கருப்பண தேவர். ராமநாதபுரம் அரசருக்குச் சொந்தமாக இருந்த கமுதிக் கோட்டையின் காவலராக இருந்தார். தன் மகளுக்கு, ஆதி சிறைமீட்ட தேவர் தான் பொருத்தமான மாப்பிள்ளை என்று முடிவு செய்தார். ‘கருப்பாயி’ என்கிற பூரணம்மாளுக்கும் ஆதி சிறைமீட்ட தேவருக்கும் திருமணம் நடந்தது.

இந்தத் தம்பதியருக்கு நான்கு குழந்தைகள் பிறந்தார்கள். சிறைமீட்ட தேவர், நாகலிங்க தேவர், ஆதி முத்துராமலிங்க தேவர், நவநீத கிருஷ்ண தேவர் என்று அழைக்கப்பட்ட அந்த நால்வரில், ஆதி முத்துராமலிங்க தேவர் கொஞ்சம் தனித்துவம் மிக்கவராக இருந்தார். பார்ப்பதற்கு முரட்டுத்தனமான தோற்றம் கொண்டிருந்தாலும், மிகுந்த இரக்க சுபாவமுள்ளவர். இளம் வயதிலேயே புராண, இதிகாசங்களிலும் கணிதத்திலும் தேர்ச்சி பெற்றவராக இருந்தார்.

இவர் காலத்தில்தான் கிழக்கு வீட்டில் செல்வம் கொழிக்க ஆரம்பித்தது. ஆதி முத்துராமலிங்க தேவர் வழக்குகளைத் தீர்த்து வைப்பதில் வல்லவர். ஒரு நாள் வெளியூருக்குப் போய்விட்டு ஊருக்குள் நடந்து வந்துகொண்டிருந்தார். ஓர் இடத்தில் கூட்டம், சலசலப்பு. ஆளாளுக்குக் கத்திக்கொண்டிருந்தார்கள். ஏதோ வாய்த் தகராறு என்பதைப் புரிந்துகொண்டார். அவரைப் பார்த்ததும் கூட்டம் கொஞ்சம் அமைதியானது.

கூட்டத்துக்கு நடுவே ஒரு மாடு. இரண்டுபேர் அதைக் காட்டிக் காட்டி, சத்தமாகப் பேசிக்கொண்டிருந்தார்கள். அவர்கள் வெளியூர்க்காரர்கள் என்பது புரிந்தது.

‘நிறுத்துங்கப்பா! என்ன பிரச்னை?’

அவர்கள் இருவரும் அவரைப் பார்த்தார்கள். பார்த்தாலே பயமும் மரியாதையும் வருகிற மாதிரியான தோற்றம். உள்ளத்தை ஊடுருவிப் பார்ப்பது போன்ற கூர்மையான கண்கள். தம்மையறி யாமல் கைகூப்பி அவரைக் கும்பிட்டார்கள்.

ஒருவன் சொன்னான். 'சாமி! என் பேரு குப்பன். என் மாடு தொலைஞ்சு போயிடுச்சு. தேடிக்கிட்டு வந்தேன். இவன் இதை இழுத்துக்கிட்டு வந்துக்கிட்டு இருந்தான். மாட்டைக் குடுடான்னா தர மாட்டேங்கிறான். 'என் மாடு'ன்னு பொய் சொல்றான்.'

'இல்லைங்க ஐயா! இவன்தான் பொய் சொல்றான். இது எம் மாடுங்க. எங்க ஊர்ல யாரைக் கேட்டாலும் இது முத்தாண்டி மாடுன்னு அடையாளம் காட்டிடுவாங்க.'

ஆதி முத்துராமலிங்க தேவர் இருவரையும் மாறி மாறிப் பார்த்தார். ஒரு மாடு, இருவருக்குச் சொந்தமானதாக இருக்க முடியாது. நிச்சயம் இவர்களில் ஒருவன் பொய்யன். யார் அவன்?

முதலில் குப்பனைத் தனியே அழைத்தார். விசாரித்தார். பிறகு, முத்தாண்டி. விசாரணை முடிந்தபோது அவன், அவருடைய காலில் விழுந்து கதறி அழுதான்.

'ஐயா! மன்னிச்சிடுங்க. தெரியாம தப்புப் பண்ணிட்டேன்.'

ஊர்க்காரர்கள் ஆச்சரியப்பட்டுப் போனார்கள். பல மணி நேரமாக நடந்துகொண்டிருந்த விவாதம். வந்த சில நிமிடங்களில் தீர்த்துவிட்டாரே எப்படி?

'அது ஒன்றும் மந்திர வித்தையில்லை. மாட்டின் உண்மையான சொந்தக்காரனுக்கு அதைப் பற்றி எல்லாம் தெரிந்திருக்கும். குப்பனை விசாரித்தேன். அவன், அந்த மாட்டை எந்த ஊர் சந்தையில் வாங்கினான், அதற்கு எத்தனை பல், சுழி எப்படி, மாடு எத்தனை கன்று போட்டிருக்கிறது, அதற்குப் பிடித்த தீவனம் எல்லாவற்றையும் சொன்னான். முத்தாண்டி, எல்லாவற்றுக்கும் ஏறுக்கு மாறாக பதில் சொன்னான். தயங்கித் தயங்கிப் பேசினான்.'

இப்படிச் சொல்லிவிட்டு ஆதி முத்துராமலிங்க தேவர், மாட்டை குப்பனிடம் ஒப்படைத்தார். இருளாண்டிக்கு உரிய தண்டனை கொடுத்தார். அதற்குப் பிறகு அவருடைய புகழ் ராமநாதபுரம் முழுக்கப் பரவ ஆரம்பித்தது. பல வழக்குகள் அவரைத் தேடி வந்தன. எல்லா பஞ்சாயத்துகளையும் நியாயமான முறையில் தீர்த்து வைத்துக்கொண்டிருந்தார் அவர்.

அந்த சமயத்தில் ராமநாதபுரத்தை ஆட்சி செய்தவர் 'துரைராஜா' என்ற முத்துராமலிங்க சேதுபதி. அவர் ஆதி முத்துராமலிங்க

தேவரைப் பற்றிக் கேள்விப்பட்டார். அவரை சந்திக்க விரும்பினார். அது, நவராத்திரி ஆரம்பிக்க இருந்த நேரம். ராமநாதபுரம் அரண்மனையில் 'நவராத்திரி கொலு' மிக விசேஷமாக வருடம் தோறும் நடக்கும். மிகப் பெரிய விழாவாக நடக்கிற ஒரு வைபவம் அது.

சேதுபதி மன்னர், நாட்டிலுள்ள முக்கியமான படைத்தலைவர்கள், கலைஞர்கள், குறுநில மன்னர்கள், வணிகர்கள், பெரிய மனிதர்களை விழாவுக்கு அழைப்பார். சிறந்த முறையில் அவர்களை கௌரவிப்பார். அந்த ஆண்டு ஆதி முத்துராமலிங்க தேவருக்கு, அரண்மனையிலிருந்து 'நவராத்திரி கொலு' அழைப்புப் போனது.

ஆதி முத்துராமலிங்க தேவரைப் பார்த்ததுமே ராமநாதபுரம் அரசருக்குப் பிடித்துப் போய்விட்டது. என்ன ஒரு ஆஜானுபாகுவான தோற்றம், கம்பீரம், அழகு! அதையும் தாண்டி ஆளை அடித்துப் போடும் அறிவு!

அன்றிலிருந்து சேதுபதி அரசருக்கு மிகவும் நெருக்கமானவராக மாறிப்போனார் ஆதி முத்துராமலிங்க தேவர். அதற்குப் பிறகு அரண்மனையில் நடந்த எல்லா முக்கிய விழாக்களுக்கும் நிகழ்ச்சிகளுக்கும் தவறாமல் அவருக்கு அழைப்புப் போனது. எப்போது வேண்டுமானாலும் அரண்மனைக்குச் சுதந்தரமாக வந்து போகும் உரிமையை அவருக்குக் கொடுத்தார் அரசர்.

துரைராஜா என்கிற முத்துராமலிங்க சேதுபதியின் நட்பால், கிழக்கு வீடு வளம்பெற ஆரம்பித்தது. நஞ்சை, புஞ்சை நிலங்கள் சேர ஆரம்பித்தன. ஆதி முத்துராமலிங்க தேவரும் அரசர் அழைத்தபோதெல்லாம் அரண்மனைக்குச் சென்று, முடிந்தவரை அரசருக்கு உதவினார்.

பசும்பொன் கிராமத்தைச் சேர்ந்தவர் முனியாண்டி தேவர். அவருடைய சகோதரி அருளாயியை திருமணம் செய்துகொண்டார் ஆதி முத்துராமலிங்க தேவர். அவர்களுக்கு சீதையம்மாள், ருக்மணியம்மாள் என்ற இரண்டு பெண் குழந்தைகளும், வெள்ளைச்சாமி தேவர் என்கிற சிறைமீட்ட தேவர் என்ற ஆண் குழந்தையும் பிறந்தன.

ஆதி முத்துராமலிங்க தேவர், ஒரு அனாதை குழந்தையை எடுத்து வளர்த்தார். அந்தக் குழந்தை மறவர் இனத்தைச் சேர்ந்ததல்ல;

வேளாளர் பிரிவைச் சேர்ந்தது. குழந்தைசாமி என்கிற வைத்தியம் பிள்ளை என்று அழைக்கப்பட்டது. பின்னாளில், முத்துராமலிங்க தேவருக்குப் பல வகைகளில் உதவியாக இருந்தவர் இந்த குழந்தைசாமி பிள்ளைதான்.

வெள்ளைச்சாமி தேவர் காலத்தில் அவர் பரம்பரை பொருளா தாரத்தில் மிகவும் உயர்ந்த நிலையை அடைந்தது. ‘முப்பத் திரண்டரை கிராம அகில்தா’ என்று அந்தக் குடும்பத்துக்குப் பெயரும் உண்டானது. கிட்டத்தட்ட முப்பத்திரண்டரை கிராமங்கள் அந்தக் குடும்பத்துக்குச் சொந்தமாக இருந்தன.

வெள்ளைச்சாமி தேவர் என்கிற சிறைமீட்ட தேவர், அவருடைய தாய் மாமனார் முனியாண்டி தேவர் மகள் பொன்னம்மாளைத் திருமணம் செய்துகொண்டார். அவர்களுக்கு மீனாம்பிகை என்ற பெண் குழந்தையும் உக்கிரபாண்டிய தேவர் என்ற ஆண் குழந்தை யும் பிறந்தன.

1903ம் ஆண்டு வெள்ளைச்சாமி தேவர், உடலில் ஏற்பட்ட காயம் காரணமாக இறந்துபோனார். (இப்படித்தான் வரலாற்றில் குறிப்பு இருக்கிறது. என்ன காயம், எப்படி ஏற்பட்டது என்கிற விபரம் இல்லை.)

உக்கிரபாண்டி தேவர் அதிகம் படித்தவரில்லை. நாட்டுப் படிப்புத்தான் படித்திருந்தார். பெயர்பெற்ற ஒரு குடும்பத்தையும் சொத்தையும் நிர்வாகம் செய்கிற அளவுக்கு அவருக்குத் திறமைக் குறைவு என்று நினைத்தார் மாமா சவுந்திரபாண்டிய தேவர். அவரும் உறவினர்களும் சேர்ந்து, யாராவது திறமையான ஒருவரை உக்கிரபாண்டிய தேவருக்கு மேலாளராக நியமிக்க லாம் என்று முடிவு செய்தார்கள்.

எல்லோருடைய நினைவுக்கும் வந்தவர் ஒருவர்தான். அவர், ஆதி முத்துராமலிங்க தேவரால் எடுத்து வளர்க்கப்பட்ட குழந்தை சாமி என்கிற வைத்தியம் பிள்ளை. அவரை அழைத்தார்கள்.

‘ஐயா! உக்கிரபாண்டி தேவரையும் அவர் சொத்துகளையும் பார்த்துக்கொள்ள வேண்டியது உங்கள் பொறுப்பு!’ என்று சொல்லி எல்லா பொறுப்புகளையும் ஒப்படைத்தார்கள்.

உக்கிரபாண்டி தேவருக்கு ராணியம்மாள், ரங்கநாயகி என்று இரண்டு அத்தைகள். இருவருக்கும் இந்திராணி, காசிலட்சுமி

என்று இரண்டு பெண் மக்கள் இருந்தார்கள். மறவர் இன மக்கள் உறவு விட்டுப் போய்விடக்கூடாது என்று நினைப்பவர்கள். எனவே, இந்திராணி, காசிலட்சுமி இருவரையும் 31.08.1906 அன்று திருமணம் செய்துகொண்டார் உக்கிரபாண்டி தேவர். இருவரில், காசிலட்சுமி ஒன்பது வயது மட்டுமே நிரம்பிய பருவமடையாத சிறுபெண்.

29.06.1907 அன்று இந்திராணி அம்மாள், ஒரு பெண் குழந்தையைப் பெற்றார். ஜானகி என்று பெயர் வைத்துக் கொஞ்சிக் கூத்தாடியது மொத்தக் குடும்பமும். குழந்தைக்கு ஐந்து மாதம் முடிந்த நிலையில், திடீரென்று காய்ச்சல் வந்தது. என்னென்னவோ வைத்தியம் செய்து பார்த்தார்கள். காய்ச்சல் ஜன்னியாக உருவெடுத்தது. குழந்தையின் உயிரையும் பறித்துக் கொண்டு போனது.

கலங்கிப் போனார் இந்திராணி அம்மாள். ஆறுதல் சொல்லித் தேற்றினாலும், உக்கிரபாண்டிய தேவரும் மனத்துக்குள் ஒடிந்து போயிருந்தார். மூத்த குழந்தை. அழகான பெண் குழந்தை. அதைப் பறிகொடுத்தால், பெற்றோர் மனம் தாங்குமா?

அந்த சமயத்தில் இன்னொரு குழந்தையை வயிற்றில் சுமந்து கொண்டிருந்தார் இந்திராணி அம்மாள். நல்ல வார்த்தை சொல்லி, அவரை ஒரு நிலைக்குக் கொண்டு வந்தது குழந்தைசாமி பிள்ளைதான்.

பேறுகாலம் நெருங்கியதும், இந்திராணி அம்மையார் தன் தாயின் ஊரான கல்லுப்பட்டிக்குப் போனார். அங்கேதான் அவருடைய பாட்டியும் வசித்து வந்தார். 1908ம் ஆண்டு, அக்டோபர் 30ம் தேதி, இந்திராணி அம்மாளுக்கு ஓர் ஆண் குழந்தை பிறந்தது. குழந்தைக்கு 'முத்துராமலிங்கம்' என்று பெயர் சூட்டினார்கள்.

முத்துராமலிங்கம் என்று பெயர் வைக்கப்பட்டதற்குப் பல காரணங்கள் சொல்லப்படுகின்றன. இந்திராணி அம்மையாரின் கனவில் முத்து வயல் ஊரைச் சேர்ந்த ராமலிங்கம் என்கிற யோகி வந்து, திருநீர் கொடுத்ததால் பிறந்த குழந்தை. எனவே 'முத்து வயல்' என்கிற ஊர்ப் பெயரையும் 'ராமலிங்கம்' என்கிற யோகி பெயரையும் சேர்த்து 'முத்துராமலிங்கம்' ஆனது என்கிறது ஒரு குறிப்பு. மூதாதையரான ஆதி முத்துராமலிங்க தேவரின் நினைவாக, 'முத்துராமலிங்கம்' என்று பெயர் வைத்ததாகச் சொல்கிறது இன்னொரு சரித்திரக் குறிப்பு.

இன்னொரு சுவையான கதையும் உண்டு. அது ஆங்கிலேயர்கள் ஆதிக்கம் மிகுந்திருந்த காலம். அவர்கள், இந்திய மக்களை அடிமையாக்கி, ஒடுக்கிக்கொண்டிருந்த காலம். ராமநாத புரத்தில் உள்ள ஒரு சிறிய கிராமம் அது. அங்கே கள்ள முத்தம் மாள் என்கிற பெண்ணுக்கு அன்றைக்குத் திருமணம். மகிழ்ச்சி யும், மனமெங்கும் பூரிப்பும், குதூகலமுமாக அந்தப் பெண், தன் கணவனோடு ஒரு புத்தம்புது வாழ்க்கையைத் தொடங்கி யிருந்தாள்.

இரவு, ஆங்கிலேய போலீசார் வீட்டுக்குள் புகுந்தார்கள். எந்தக் காரணமும் இல்லாமல், அவள் கணவனைக் கைது செய்தார்கள். 'விசாரணை' என்கிற பெயரில் அழைத்துப் போனார்கள். துடித்துப் போனாள் கள்ள முத்தம்மாள். இப்படியும் நடக்குமா! ஓர் அப்பாவியை எந்தக் காரணமும் இல்லாமல் கைது செய்வார் களா? ஊரும் உலகும் 'இவள் வந்த நேரம் கணவன் சிறைக்குப் போய்விட்டான்' என்று அல்லவா பேசும்!

'விடுவிடு'வென்று வீட்டைவிட்டு வெளியே நடந்தாள். யாரும் பின் தொடரக்கூடாது என்று கண்டிப்பாகச் சொல்லிவிட்டு ஊருக்கு வெளியே வந்தாள். ஒரு கிணற்றைப் பார்த்தாள். கொஞ்சமும் யோசிக்கவில்லை. வயிற்றில் கல்லைக் கட்டிக் கொண்டு கிணற்றில் குதித்தாள்.

குதிப்பதற்கு முன்னால், சத்தம்போட்டு இப்படிச் சொன்னாள்: 'இப்படி ஓர் அநியாயம் நடக்கிறதே! இதையெல்லாம் கேட்க யாரும் இல்லையா?'

அந்தப் பெண்ணின் குரல் ஒருவர் காதில் விழுந்தது. அவர் ஒரு துறவி. பொதிகை மலையில் தவம் செய்துகொண்டிருந்தார். கள்ள முத்தம்மாள் குரல், அவரை உலுக்கியெடுத்தது. மலையில் இருந்து கீழே இறங்கினார். நடையாக நடந்து பசும்பொன் வந்து சேர்ந்தார். உக்கிரபாண்டி தேவர் வீட்டில் உணவருந்தினார். களைப்பாறினார். கிளம்பும்போது, இந்திராணியம்மாளை அழைத்து ஆசிர்வதித்தார். 'உங்களுக்கு ஓர் ஆண் குழந்தை பிறக்கும். அதற்கு முத்துராமலிங்கம் என்று பெயர் சூட்டுங்கள். அந்தக் குழந்தை அநீதிக்கு எதிராகக் குரல் கொடுக்கும்!'

முத்துராமலிங்க தேவர் பிறந்தபோது நாடே விடுதலை வேட்கையில் கொந்தளித்துக் கொண்டிருந்தது. 'சுதந்தரம் எனது

பிறப்புரிமை' என்று முழங்கிய பாலகங்காதரத் திலகர், ஆங்கிலேயரால் ஆயுள் தண்டனை விதிக்கப்பட்டு, பர்மாவில் இருந்த மாண்ட்லே சிறையில் அடைக்கப்பட்டிருந்தார். அது தேவர் பிறந்த அதே ஆண்டு.

அதே ஆண்டு, நெல்லை மாவட்டத்தில் விடுதலைப் போராட்டத்தில் ஈடுபட்ட வ.உ.சிதம்பரனார், சுப்ரமணிய சிவா ஆகியோர் மீது அரசுக்கு எதிராகக் கிளர்ச்சியில் ஈடுபட்டார்கள் என்று சொல்லி வழக்குத் தொடுத்திருந்தது ஆங்கிலேய அரசு. அந்த வழக்கில், வ.உ.சி.க்கு இரட்டை ஆயுள் தண்டனை விதிக்கப் பட்டது.

வீர சாவர்க்கர் 'அபிநவ பாரதம்' என்கிற இயக்கத்தைத் தொடங்கியது இதே ஆண்டில்தான். ஆங்கிலேயரிடமிருந்து தப்பித்து, பாரதியார் புதுச்சேரிக்குப் போய், 'இந்தியா' என்கிற பத்திரிக்கையைத் தொடங்கியதும் இதே ஆண்டில்தான்.

மொத்தத்தில், நாடெங்கும் சுதந்தரத்துக்கான எழுச்சி பரவிக் கொண்டிருந்தது.

2

பூவரச மரத்தில் பூதம்

‘ஸ்ரீ தேவர், எனக்கு அறிமுகமாகி பல வருடங்களாகின்றன. அதன் பின்னர் அவரும் நானும் எங்கெங்கோ இருந்தோம். ஆனால், நான் எங்கிருந்தாலும் அவர் என் நெஞ்சைவிட்டு நீங்கியதே இல்லை.’

- ராஜாஜி

முத்துராமலிங்கம் பிறந்து ஆறு மாதங்கள்தான் ஆகியிருந்தன. இந்திராணி அம்மையார் திடீரென நோய்வாய்ப்பட்டார். எவ்வளவு சிகிச்சை செய்தும் பலன் கிடைக்கவில்லை. 28.04.1909 அன்று இறந்துபோனார். மனைவியை இழந்த துக்கம் தாளாமல் கதறியழுதார் உக்கிரபாண்டிய தேவர். அந்த இழப்பு, குழந்தை முத்துராமலிங்கத்தின் மேல் வெறுப்பாக மாறியது. அவர் இறக்கும்வரை அந்த வெறுப்பும் கூடவே இருந்தது.

இன்னொரு பேரிழப்பும் அந்தச் சமயத்தில் அவரைத் தாக்கியது. பருவமடையும் வயதில் இருந்த அவரது இரண்டாவது மனைவி காசிலட்சுமியும் இறந்து போனார். பொட்டல் காட்டில் நிற்கும் தனிமரம் போல ஆகிவிட்டார் உக்கிரபாண்டிய தேவர்.

தாயில்லா குழந்தையைப் பார்த்துக்கொள்ளும் பொறுப்பை ஏற்றுக்கொண்டார் குழந்தைசாமி பிள்ளை. 1910ஆம் ஆண்டு,

மேலும் இரண்டு பெண்களை மணந்துகொண்டார் உக்கிர பாண்டிய தேவர்.

புதிதாக வந்த மனைவிகளால் குழந்தைக்கு ஏதாவது ஆபத்து வந்துவிடுமோ என்று பயந்தார்கள் இந்திராணியம்மாளின் உறவினர்கள். எனவே, குழந்தையை, பாட்டி ஊரான கல்லுப்பட்டிக்குக் கொண்டு போனார்கள். பசும்பொன்னிலிருந்து இரண்டு மைல் தூரத்தில் இருந்தது கல்லுப்பட்டி. பாட்டியும், முத்துராமலிங்கத்தின் பெரியம்மா மீனலோசனி அம்மையாரும் குழந்தையை வளர்த்தார்கள்.

இதற்கிடையில், உக்கிரபாண்டிய தேவரின் புதிய மனைவிகள், குழந்தைசாமி பிள்ளையைப் பற்றி அவரிடம் இல்லாததையும் பொல்லாததையும் சொன்னார்கள். அவரும், குழந்தைசாமி பிள்ளையை அழைத்து விசாரித்தார். மனம் நொந்து போனார் பிள்ளை. பசும்பொன்னில் இருந்த கிழக்கு வீட்டைவிட்டு வெளியேறினார்.

எங்கே போவது என்று தெரியாமல் விழித்த குழந்தைசாமி பிள்ளைக்கு நினைவுக்கு வந்தது கல்லுப்பட்டிதான். அங்கே இருக்கும் தேவர் திருமகன். அவரை மறந்துபோனோமே! ஆதி முத்துராமலிங்க தேவரின் மறு வடிவம் அல்லவா அந்தக் குழந்தை!

நேராகக் கல்லுப்பட்டிக்குப் போனார். அவரைக் கண்ட மீனலோசனி அம்மையாரும், முத்துராமலிங்கத்தின் பாட்டியும் அன்போடு வரவேற்றார்கள். குழந்தையைப் பொறுப்போடு பார்த்துக்கொள்ள, தேடி வந்துவிட்டார் ஒரு தங்கமான மனிதர் என்று அகமகிழ்ந்து போனார்கள்.

முத்துராமலிங்கத்தை வளர்க்கும் பொறுப்பை வலிய ஏற்றுக் கொண்ட குழந்தைசாமி பிள்ளை அதை மிகச் சரியாகச் செய்தார். அவர் அரவணைப்பில் சிறந்த மனிதராக ஆளாகிக்கொண்டிருந்தார் முத்துராமலிங்கம்.

ஒரு மாதம் ஆனது. குழந்தை முத்துராமலிங்கத்தை பாட்டியோ, அதன் உறவினர்களோ பசும்பொன்னுக்குக் கொண்டுவருகிற வழியாகத் தெரியவில்லை. போதாக்குறைக்கு குழந்தைசாமி பிள்ளை வேறு அங்கே போய் இருக்கிறார் என்கிற தகவலும் கிடைத்திருந்தது. உக்கிரபாண்டிய தேவர் பொறுமை இழந்தார்.

கல்லுப்பட்டிக்கு ஆளனுப்பினார். போனவர் சொன்னார்: 'தேவரய்யா! குழந்தையை அழைத்துவரச் சொன்னார்.'

'அனுப்ப முடியாது' என்று பாட்டியும், குழந்தைசாமி பிள்ளையும் மறுத்துவிட்டார்கள். உக்கிரபாண்டிய தேவர் பல முறை முயன்றார். குழந்தையைத் தரமுடியாது என்று கல்லுப்பட்டியில் இருந்து தடாலடியாக பதில் வந்தது.

கடைசி ஆயுதமாக வன்முறையைக் கையிலெடுக்க முடிவெடுத்தார் உக்கிரபாண்டிய தேவர். குழந்தையைத் தூக்கிக்கொண்டு வர சில அடியாட்களை அனுப்ப முடிவு செய்தார். அதை யாரோ சொல்லிக் கேட்டு அறிந்துகொண்டார் குழந்தைசாமி பிள்ளை, என்ன இருந்தாலும், ஆதி முத்துராமலிங்க தேவரால் வளர்க்கப் பட்டவர் அல்லவா!

'என்னை மீறி ஒருத்தனாலும் இந்தக் குழந்தையை இங்கிருந்து கொண்டுபோக முடியாது. அப்படி தைரியமான மீசை வைத்த ஆண்பிள்ளை யாராவது இருந்தால், என் முன்னால் வரச் சொல்லுங்கள்! ஒரு கை பார்க்கிறேன்!' என்று செய்தி கொண்டு வந்தவரிடமே சொல்லி அனுப்பினார்.

அதற்குப் பிறகு உக்கிரபாண்டிய தேவர் குழந்தையைப் பற்றிப் பேச்சே எடுக்கவில்லை.

★

கல்லுப்பட்டி கொஞ்சம் வளமான ஊர். கிராமத்துக்கே உரிய அத்தனை அழகான அம்சங்களும் நிறைந்த ஊர். வயல்வெளி, பழைய கோயில்கள், தென்னை, வேம்பு உள்ளிட்ட பல மரங்கள், தோப்புகள் எல்லாம் இருந்தன. கூடவே ஒரு குளமும் இருந்தது. ஊருணி என்று சொல்லப்படுகிற பெரிய குளம். மழைக் காலத்தில் நீர் பெருகி கடல் போல் ததும்பிக்கொண்டிருக்கும். அன்றைக்கும் அப்படித்தான் இருந்தது.

முத்துராமலிங்கத்துக்கு ஓடி விளையாடுகிற வயது. நல்ல திடகாத்திரமான சிறுவன். எந்த விளையாட்டாக இருந்தாலும் முதல் ஆளாக வந்து நிற்பான். அன்றைய தினம், அவனுடைய நண்பர்கள் ஊருணியில் போய் குளிக்கலாம், அக்கரைக்கு நீந்திப் போகலாம் என்றதும் மற்றவர்களை முந்திக்கொண்டு ஓடினான்.

ஊருணிக் கரைக்கு முத்துராமலிங்கமும் நண்பர்களுமாக பத்துக்கும் மேற்பட்ட சிறுவர்கள் வந்து நின்றார்கள். நிறைய தண்ணீரைப் பார்த்ததும் சிலர் தயங்கினார்கள். கொஞ்சம் தைரியம் உள்ளவர்கள் உள்ளே குதித்தார்கள். முத்துராம லிங்கமும் குதித்தான்.

குதித்தவர்கள் ஆழம் அதிகம் இருப்பதை உணர்ந்தார்கள். கொஞ்ச நேரம்தான் குளித்திருப்பார்கள். எல்லோரையும் பயம் பற்றிக் கொண்டது. ஒவ்வொருவராகக் கரையேறத் தொடங்கினார்கள். ஒரு சிறுவன், 'முத்துராமா! ரொம்ப ஆழமா இருக்கு! திரும்பிப் போயிடலாம். வா!' என்று கூப்பிட்டான்.

'நீங்க போங்க! நான் அடுத்த கரை வரைக்கும் நீந்திட்டு வர்றேன்!'

முத்துராமலிங்கம் தொடர்ந்து நீந்தினான். சிறுவர்கள் கரையில் நின்றுகொண்டு, குரல் கொடுத்தார்கள்.

'முத்து! போதும் திரும்பி வந்துடு!'

'போகப் போக ஆழம் ரொம்ப அதிகமா இருக்கும். வா முத்துராமா!'

எந்தக் குரலையும் சட்டை செய்யாமல் முத்துராமலிங்கத்தின் நீச்சல் தொடர்ந்தது. முத்துராமலிங்கமோ சிறுவன். ஊருணியோ நிரம்பி வழிந்துகொண்டிருந்தது. எவ்வளவு நேரம்தான் கை, கால்களை வீசி வீசி அதோடு போட்டி போட முடியும்!

கைகள் கொஞ்சம் கொஞ்சமாகத் தளர்ந்தன. காலைப் பிடித்து யாரோ இழுப்பது போன்ற ஓர் உணர்வு. ஆனாலும், சளைக்காமல் அவன் நீந்தினான். ஒரு கட்டத்தில் மெல்ல முழுக ஆரம்பித்தான்.

'ஐயோ! நம்ம முத்து ஊருணிக்குள்ள முழுகிக்கிட்டு இருக்கான். யாராவது வாங்க!'கரையில் நின்றிருந்த சிறுவர்கள் குரல் கொடுத்தார்கள். ஊருக்குள் இருந்து சத்தம் கேட்டு இரண்டுபேர் ஓடி வந்தார்கள். அதே சமயம், முத்துராமலிங்கம் மெல்லத் தலையை உயர்த்திப் பார்த்தான். அது என்ன! எருமை மாடு போல இருக்கிறதே!

ஊருணி நடுவில், ஓர் எருமை மாடு நீந்திக்கொண்டிருந்தது. முத்துராமலிங்கம் கொஞ்சமும் தாமதிக்கவில்லை. பாய்ந்து

அதன் முதுகில் ஏறி உட்கார்ந்தான். அவனுடைய நண்பர்கள் பெருமூச்சு விட்டார்கள். இனி பயம் இல்லை. அந்த ஆசுவாச மும் அதிக நேரம் நீடிக்கவில்லை.

முத்துராமலிங்கம் முதுகில் ஏறியதும், பளு தாங்காமலோ அல்லது பயம் காரணமாகவோ எருமை மாடு தண்ணீருக்குள் மூழ்க ஆரம்பித்தது. அதோடு சேர்ந்து அவனும் முழுகினான். நண்பர்கள் அதைப் பார்த்துக் கூச்சல் போட்டார்கள். நீருக்குள் மூழ்கியவன், சட்டென்று எருமை மாட்டின் வாலைக் கெட்டி யாகப் பிடித்துக்கொண்டான்.

மாடு வேக வேகமாக நீந்திக் கரையேறியது. அதோடு முத்துராம லிங்கமும் கரையேறினான். பதட்டத்தோடு ஓடி வந்தார்கள் ஊர்ச் சிறுவர்கள்.

'முத்துராமா! என்ன ஆச்சு?'

அதற்குள் தகவல் அறிந்து, முத்துராமலிங்கத்தின் பாட்டி ராணி அம்மாள் வந்துவிட்டார்.

'முத்து! என்னப்பா தண்ணிக்குள்ள முழுகிட்டியாமே? என்ன ஆச்சு?'

'எனக்கு ஒண்ணும் இல்ல பாட்டி! கொஞ்ச நேரம் நீந்தணும் போல இருந்துச்சு. நீச்சல் அடிச்சுட்டு வந்தேன்.'

★

கல்லுப்பட்டியில் ஒரு பூவரச மரம் இருந்தது. முத்துராமலிங்கத் துக்கு அந்த மரத்தோடு அப்படி ஒரு சிநேகம். நேரம் கிடைக்கும் போதெல்லாம் மரத்தில் இருக்கும் கிளைகளில் ஒன்றில் முழங்கால் இரண்டையும் மடக்கிப் போட்டு இறுக்கிக்கொண்டு, தலைகீழாகத் தொங்குவது பிடித்தமான விளையாட்டு. அதுவும் மணிக்கணக்கில் தொங்குவான்.

பார்க்கிறவர்கள் பயந்து போவார்கள். மரத்தில் இருந்து கீழே விழுந்தால் உடம்பிலும் தலையிலும் அடிபடுமே! தேவர் வீட்டு பிள்ளை இப்படித் தலைகீழாகத் தொங்குகிறதே! பாட்டிகள் எச்சரித்தார்கள். நண்பர்கள் பயந்தார்கள். யார் சொன்னாலும் முத்துராமலிங்கம் கேட்கவில்லை. மரத்தோடு விளையாடும் இந்த விளையாட்டுத் தொடர்ந்துகொண்டிருந்தது.

ஒரு நாள். அந்தப் பூவரச மரம் இருந்த வழியாக ஒரு பெரியவர் வந்தார். முத்துராமலிங்கம் தலைகீழாக ஒரு கிளையில் தொங்கிக் கொண்டிருப்பதைப் பார்த்து பயந்து போனார். அவன் நண்பர்கள் முத்துராமலிங்கத்தை வேடிக்கை பார்த்தபடி அருகில் நின்று கொண்டிருந்தார்கள்.

'தம்பி! என்ன இப்பிடி மரத்துல தலைகீழா தொங்கிக்கிட்டு இருக்கே! எறங்கு! எறங்கு!'

முத்துராமலிங்கம் பெரியவரின் வார்த்தைக்கு மதிப்புக் கொடுத்துக் கீழே இறங்கினான்.

'என்னப்பா பயம் அறியாத புள்ளையா இருக்கே! இந்த மரத்துல ஒரு பூதம் இருக்குப்பா. யாராவது இந்த மரத்துல ஏறினா அவங்களை புடிச்சுக் கீழே தள்ளி, சாகடிச்சிடும். இனிமே ஏறாதே! என்ன?'

'சரி தாத்தா!'

பெரியவர் அவர் வழியே நடந்து போனார். அவர் போனதும், மறுபடியும் மரத்தில் ஏறி, ஒரு கிளையில் தலைகீழாகத் தொங்க ஆரம்பித்தான் முத்துராமலிங்கம்.

'முத்துராமா! இப்போத்தானே அந்த தாத்தா மரத்துல பூதம் இருக்குன்னு சொன்னாரு! நீ பாட்டுக்கு மறுபடியும் மரம் ஏறிட்டியே! பூதத்துக்கு கோவம் வந்துடப் போகுதுடா!'

'அடப்போடா! பூதமாவது மண்ணாவது! பெரியவங்க நம்மளை பயமுறுத்துறதுக்கு அப்பிடித்தான் சொல்லுவாங்க. நான் என்ன இன்னிக்கித்தானா புதுசா மரத்துல ஏறுறேன்? நேத்து ஏறினேன். அதுக்கு முதல் நாள் ஏறினேன். அப்பல்லாம் வராத பூதம், இன்னிக்கா வரப்போகுது! நீ சும்மா இருந்து வேடிக்கை பாரு!'

முத்துராமலிங்கத்துக்கு பெரியவர்களுக்கு மதிப்புக் கொடுக்கத் தெரியும். அதே சமயம், எது உண்மை, எது பொய் என்று ஆராய்ந்து தெளிகிற அறிவும் அந்தச் சிறு வயதிலேயே இருந்தது. அந்த நிகழ்ச்சிக்குப் பின்னும் முத்துராமலிங்கத்தின் சிரசாசன விளையாட்டுத் தொடர்ந்துகொண்டுதான் இருந்தது.

★

அந்தக் காலத்தில் மக்களுக்குப் பொழுதுபோக்குவதற்கு தெருக் கூத்து, நாடகம் ஆகியவற்றைவிட்டால் வேறு வழியில்லை.

உண்மையில் பொழுது போக்க அவர்களுக்கு நேரம் எங்கிருந் தது?

கல்லுப்பட்டியில் ஏதோ ஒரு திருவிழாவை முன்னிட்டு பாவைக் கூத்து நடந்தது. விடிய விடிய ராமாயணம். முழு நிகழ்ச்சியையும் கண்கொட்டாமல் பார்த்தான் முத்துராமலிங்கம். அடுத்த நாள். தன் நண்பர்களை அழைத்தான். அவர்களை இரண்டு அணி களாகப் பிரித்தான். ஒரு அணிக்கு 'ராம சேனை' என்று பெயர் வைத்தான். மற்றொன்றுக்கு 'அரக்கர் சேனை.' ராமசேனைக்கு அவனே தலைமை தாங்கினான்.

முறைப்படி, முதல் நாள், பாவைக்கூத்தில் நடந்த காட்சிகளை எல்லாம் ஒவ்வொன்றாக அரங்கேற்றினான். அங்கதன் தூது, வீபீஷணன் தூது எல்லாம் அனுப்பி முடிந்தது. இறுதியாகப் போர்க் காட்சி. ராமருடைய படையும் அரக்கர் படையும் மோத வேண்டும்.

ஆரம்பத்திலேயே முத்துராமலிங்கம், தன் அணிக்கு மட்டும் உடைமரத்து முட்களை ஒடித்து, ஆளுக்கு ஒன்றாகக் கொடுத்து வைத்திருந்தான்.

போர் மூண்டது. முத்துராமலிங்கம் படை சண்டையில் லேசாக முட்களையும் பயன்படுத்தியது. அவ்வளவுதான். அரக்கர் சேனை புறமுதுகிட்டு ஓடியது. இந்தக் காட்சியை வேடிக்கை பார்த்துக்கொண்டிருந்த ஊர்க்காரர்கள் கைகொட்டி, ரசித்து, சிரித்தார்கள்.

★

முத்துராமலிங்கத்துக்கு ஆறு வயது. தாயில்லை. அப்பாவோ வேறோர் இடத்தில். அவனை வளர்த்து ஆளாக்க வேண்டியது தனது கடமை அல்லவா! பள்ளியில் சேர்க்கவேண்டுமே! இப்படி நினைத்தார் அவருடைய பாட்டி. குழந்தைசாமி பிள்ளையிடம் தன் எண்ணத்தைச் சொன்னார்.

கல்லுப்பட்டியில் பள்ளி இல்லை. அருகில் இருக்கும் வள்ளத்தை என்ற ஊரில் ஓர் ஆசிரியர் இருந்தார். அவர் பெயர் 'குறையற வாசித்தான் பிள்ளை.' தமிழில் நல்ல புலமை உள்ளவர். நன்றாகத் தமிழ் சொல்லிக் கொடுப்பார் என்று குழந்தைசாமி பிள்ளை கேள்விப்பட்டிருந்தார். ஆசிரியருக்கு ஆளனுப்பினார்.

ஆசிரியர் வந்தார். கல்லுப்பட்டியிலேயே முத்துராமலிங்கத்துக் கும், இந்திராணி அம்மையாரின் அக்காள் மீனலோசனி அம்மாளின் மகன் வெள்ளைப் பாண்டியனுக்கும் ஒரு நல்ல நாளில் பாடம் கற்றுக்கொடுக்க ஆரம்பித்தார்.

நேரம் கிடைக்கும்போதெல்லாம் குழந்தைசாமி பிள்ளை, முத்துராமலிங்கத்தை அருகில் உட்கார வைத்து, ராமாயணம், மகாபாரதம் போன்ற இதிகாசங்களையும், வீர புருஷர்களின் கதைகளையும் சொல்லுவார். மிக அக்கறையோடு, அமைதியாகக் கேட்டு உள்வாங்கிக் கொள்வான் சிறுவன் முத்துராமலிங்கம்.

ஒருநாள், ஆசிரியர் குறையற வாசித்தான் பிள்ளை, குற்றாலத் துக்குப் போய்விட்டு வருகிறேன் என்று சொல்லிவிட்டுப் போனார். போனவர் திரும்பி வரவே இல்லை. கொஞ்ச நாள்களுக்கு முத்துராமலிங்கத்தின் கல்வி தடைப்பட்டது.

கல்லுப்பட்டிக்குப் புதிதாக ஓர் ஆசிரியர் வந்தார். அவர் தஞ்சாவூர்க்காரர். அவரை 'தஞ்சாவூர் வாத்தியார்' என்றார்கள் ஊர்க்காரர்கள். அவருக்கு தமிழோடு ஆங்கிலமும் நன்கு தெரிந் திருந்தது. அவர் கல்லுப்பட்டியிலேயே தங்கி, முத்துராமலிங்கத் துக்கு தமிழையும் ஆங்கிலத்தையும் கற்றுக் கொடுத்தார்.

ஒரு பக்கம் ஏட்டுக் கல்வி. இன்னொரு பக்கம் உடலை உறுதி செய்யும் பயிற்சி. வீர விளையாட்டுகள் என்றால் முத்துராம லிங்கத்துக்குக் கொள்ளைப் பிரியம். சிலம்பம், வாள்வீச்சு, வளரி வீச்சு, குதிரை ஏற்றம், மற்போர் என எல்லா விளையாட்டு களையும் விரும்பிக் கற்றுக்கொண்டான். நாள் தவறாமல் உடற் பயிற்சி செய்வதைப் பழக்கமாக்கிக்கொண்டான்.

வைத்தியம், வானசாஸ்திரம், சோதிடம் தெரிந்தவர்களைத் தேடிப் போய், அந்தக் கலைகளையும் கொஞ்சம் கொஞ்சமாகக் கற்றுக்கொண்டான் முத்துராமலிங்கம். வர்மக்கலையையும் அவ்வாறே கற்றுக்கொண்டார்.

திண்ணைப் படிப்புப் படித்தபோதே, முத்துராமலிங்கத்துக்கு, தமிழை அழகாகவும் தெளிவாகவும் சொல்வதுதான் பிடிக்கும். ஒரு நாள், பாட்டி ராணி அம்மாளும் அவருடைய தாயாரும் எதோ பேசிக்கொண்டிருந்தார்கள். வெளியே போயிருந்த முத்துராம லிங்கம் வீட்டுக்கு வந்தான். அவர்கள் பேசுவது அவன் காதில் விழுந்தது.

'ஆமா. நேத்து கமுதியில வாங்கிட்டு வந்த பாவக்காயை அவிச்சு பக்குவம் பண்ணாம வச்சுட்டியே! அது, இந்நேரம் பழுத்து பழமாயிருக்குமே!'

முத்துராமலிங்கம் பாட்டிகளின் பக்கத்தில் போய் உட்கார்ந்தான்.

'பாட்டி! பழம்னு சொல்லாதீங்க!'

'இதென்னப்பா இது பழத்தைப் பழம்னு சொல்லாம வேற எப்பிடி சொல்றதாம்? வாழைப்பழத்தை வாழைப்பழம்னுதானே சொல்லுவாங்க!'

'அது இல்ல பாட்டி! பழத்துக்கு தமிழ்ல 'கனி'ன்னு ஒரு அழகான வார்த்தை இருக்கு. பலாக்கனி, மாங்கனின்னு சொல்லிப் பாருங்க! சொல்றதுக்கு எவ்வளவு நல்லா இருக்கு!'

★

கல்லுப்பட்டியில் முத்துராமலிங்கம் பாட்டிமார் அரவணைப் பிலும், குழந்தைசாமி பிள்ளை கண்காணிப்பிலும் வளர்ந்து கொண்டிருந்தான். அங்கே, உக்கிரபாண்டிய தேவர் குடும்பச் சொத்துகளைக் கொஞ்சம் கொஞ்சமாகக் கரைத்துக்கொண்டிருந் தார்.

ஏன் என்று கேட்கவும், அறிவுரை சொல்லவும் ஆள் இல்லை. புதிய மனைவிகளும் அவர்களுடைய உறவினர்களும் உக்கிர பாண்டிய தேவரைத் தவறான பாதைக்குத் திருப்பிவிட்டுக் கொண்டிருந்தனர்.

அலங்கரிக்கப்பட்ட வில்வண்டி. அதற்கு முன்னால் ஒரு குதிரை வீரன் செல்ல, பின்னால் கம்பு தாங்கிய ஆள்களுடன் ஊரை வலம் வருவார் உக்கிரபாண்டிய தேவர். ஆடம்பரம், நினைத் தால் விருந்து, துதி பாடுகிறவர்களுக்கு நன்கொடை என்று கண்டமேனிக்குச் செலவு செய்துகொண்டிருந்தார்.

ஒரு பக்கம் குடும்பச் சொத்து கரைந்துகொண்டிருக்க, மறுபக்கம் கடனும் ஏறிக்கொண்டிருந்தது. மேலும் கடன் பெற கிழக்கு வீட்டுக் குடும்பத்துக்குச் சொந்தமான கிராமங்களை அடகு வைக்க ஆரம்பித்திருந்தார். இந்தச் செய்திகள் காற்று வாக்கில் கல்லுப்பட்டிக்கும் வந்தன. முத்துராமலிங்கத்தின் பாட்டி ராணி அம்மாளும் அவருடைய தாயாரும் கலங்கிப் போனார்கள்.

எதிர்காலத்தில் முத்துராமலிங்கத்துக்கு என்று சொத்து எதையும் உக்கிரபாண்டிய தேவர் வைக்காமல் விட்டுவிடுவாரோ என்று பயந்தார்கள். அதற்குப் பிறகு அவர்கள் கொஞ்சமும் தாமதிக்க வில்லை. அப்போதைய முகவை மாவட்ட ஆங்கிலேய கலெக்ட ருக்கு ஒரு மனு அனுப்பினார்கள்.

‘பசும்பொன்னைச் சேர்ந்த முத்துராமலிங்கத்துக்கு ஏழு வயது தான் ஆகிறது. அவர் ஒரு மைனர். நாங்கள்தான் அவருக்குப் பாதுகாவலராக இருக்கிறோம். குடும்பச் சொத்தை உக்கிர பாண்டிய தேவர் வாரி இறைக்கிறார். மூதாதையர் தேடி வைத்த நிலபுலன்களையும் சொத்துகளையும் கடன் வாங்கப் பணயம் வைக்கிறார். இப்படியே போனால், உக்கிரபாண்டிய தேவரின் ஒரே ஆண் வாரிசான முத்துராமலிங்கத்துக்கு எதிர்காலத்தில் சொத்து என்று ஒன்றுமே இல்லாமல் போய்விடும். எனவே, இந்த ஒரு மகனுடைய தாய்பாகச் சொத்துகளுக்கு சர்க்கார் பாதுகாப்பளிக்கவேண்டும்.’

மாவட்ட கலெக்டர் மனுவைப் பரிசீலித்தார். உக்கிரபாண்டிய தேவரையும், முத்துராமலிங்கத்தின் பாட்டிமார்களையும் அழைத்தார். இருதரப்பு வாக்குமூலங்களையும் கேட்டார்.

பிறகு இப்படி உத்தரவிட்டார்: ‘மைனராக இருக்கும் முத்துராம லிங்கத்துக்குச் சொந்தமான பாகச் சொத்துகளை, அவை அசையும் சொத்தோ, அசையா சொத்தோ, எந்தவிதமான வில்லங்கத்துக்கும் உட்படுத்தக்கூடாது. இதற்கு முன்பு அவற்றை எதன் பொருட்டு பணயமாக வைத்திருந்தாலும் அது செல்லாது.’

★

எத்தனை நாள்கள்தான் குருகுலக் கல்வி போல திண்ணைப் பள்ளியிலேயே படிப்பது? உலகத்தைப் புரிந்துகொள்ள வேண்டும் என்றால் மேல் படிப்பு அவசியம் அல்லவா? பாட்டி ராணி அம்மாளும் குழந்தைசாமி பிள்ளையும் யோசித்தார்கள். கல்லுப்பட்டிக்கு அருகே இருந்த கமுதியில் அமெரிக்க மிஷன் ஆரம்பப்பள்ளி ஒன்று இருந்தது. அங்கே முத்துராமலிங்கத்தைச் சேர்க்க முடிவு செய்தார்கள்.

அந்தப் பள்ளியின் நிர்வாகியும், தலைமை ஆசிரியருமாக இருந்த வர், எம்.பி. தானியேல் என்கிற ஆசிரியர். அவரும் மறவர்

இனத்தைச் சேர்ந்தவர்தான். கிறிஸ்தவ மதத்தைத் தழுவி யிருந்தார்.

1917ம் ஆண்டு, ஜூலை மாதம் முத்துராமலிங்கம், கமுதி அமெரிக்க மிஷன் பள்ளியில் மூன்றாம் வகுப்பில் சேர்ந்தான். பாட்டி ராணி அம்மாளுக்கு கல்லுப்பட்டியில் இருப்புக்கொள்ள வில்லை. கண்ணுக்குக் கண்ணாக வளர்த்த பேரனை அனுப்பி விட்டு, தான் மட்டும் எப்படித் தனியாக இருப்பது என்கிற எண்ணம் அவருக்கு. அதோடு, குழந்தை முத்துராமலிங்கத்துக்கு நல்ல சாப்பாடு வேண்டுமே!

ராணி அம்மாளும் கமுதிக்கு வந்தார். அங்கேயே ஒரு வீட்டைப் பிடித்தார். அருகே இருந்து பேரன் முத்துராமலிங்கத்தை கவனித்துக் கொண்டார். அந்த ஆரம்பப் பள்ளியில் முத்துராமலிங்கம் மூன்றாம், நான்காம், ஐந்தாம் வகுப்புகள் படித்தான். அத்தனை வகுப்புகளிலும் முதல் மாணவனாகத் தேர்ச்சி பெற்றான்.

அந்தக் காலத்தில், கமுதியில் உயர்நிலைப் பள்ளி எதுவும் இல்லை. முத்துராமலிங்கமோ நன்றாகப் படிக்கும் மாணவன். மேற்கொண்டு அவன் படிக்க என்ன செய்யலாம்? தலைமை ஆசிரியர் எம்.பி. தானியேலிடமே யோசனை கேட்டார் பாட்டி, ராணி அம்மாள்.

'மதுரைக்கு அருகே இருக்கும் பசுமலையில் ஒரு அமெரிக்க மிஷன் பள்ளி இருக்கிறது. அங்கே கொண்டுபோய்ச் சேர்க் கலாம். நானே அதற்கு ஏற்பாடு செய்கிறேன்' என்று சொன்னார் எம்.பி. தானியேல்.

சொன்னபடி, முத்துராமலிங்கத்தைச் சேர்த்தும்விட்டார்.

அது 1920ஆம் ஆண்டு. முத்துராமலிங்கமும், பெரிய தாயாரின் மகன் வெள்ளைப் பாண்டியனும், பசுமலை அமெரிக்க மிஷன் பள்ளியில் உயர்நிலைப் படிப்புக்காகச் சேர்ந்தார்கள். கூடவே பாட்டி ராணியம்மாளும் கிளம்பிவிட்டார்.

மதுரையில் ஒரு வீட்டை வாடகைக்கு எடுத்துப் பேரன் கூடவே தங்கியிருந்து கண்ணும் கருத்துமாகப் பார்த்துக்கொண்டார். முத்துராமலிங்கத்துக்கு அந்தச் சிறுவயதிலேயே ஆன்மிகத்தில் அதிக நாட்டம் இருந்தது. முருக கடவுள் மேல் அளவு கடந்த பக்தி. அடிக்கடி 'முருகா!' என்கிற வார்த்தையை உச்சரித்துக்

கொண்டிருப்பான். எளிய, தூய்மையான உடை. நெற்றி நிறைய திருநீறு. உணவிலும் எளிமை. எளிய உணவும், சாதாரணமாக மற்றவர்களைப் போல் இருப்பதும்தான் பிடித்திருந்தது.

பசுமலை அமெரிக்க மிஷன் பள்ளியில் ஐரோப்பாவில் இருந்து வந்திருந்த ஓர் ஆசிரியர் இருந்தார். அவர் ஒரு கிறிஸ்தவர். இந்து மதத்தின் மேல் அப்படி ஒரு துவேஷம் அவருக்கு. என்றைக் காவது, எந்த மாணவனாவது நெற்றியில் திருநீறு, திருமண், குங்குமம் இட்டு வந்தாலோ, உருத்திராட்சம் எதையாவது அணிந்து வந்தாலோ கேலி, கிண்டல்களால் துளைத்து எடுத்து விடுவார்.

அது, முத்துராமலிங்கம் பசுமலைப் பள்ளியில் சேர்ந்த முதல் நாள். அன்றைக்கே அந்த ஐரோப்பிய ஆசிரியரின் கேலியை எதிர்கொள்ளவேண்டியிருந்தது. வகுப்பில் நுழைந்த அந்த ஆசிரியரின் கண்ணில், முதலில் பட்டது முத்துராமலிங்கம்தான். காரணம், நெற்றி நிறைய இருந்த திருநீறு.

ஆசிரியர் முத்துராமலிங்கத்தை அழைத்தார். 'உன் பெயரென்ன?' என்று ஆங்கிலத்தில் கேட்டார்.

'முத்துராமலிங்கம்.' ஆங்கிலத்திலேயே பதில் வந்தது.

'எந்த ஊர்?'

'பசும்பொன். அதை தவசிக்குறிச்சி என்றும் சொல்வார்கள்.'

'நல்லது. நீ அணிந்திருக்கும் ஆடைகள் எளிமையாக இருக் கின்றன. அதே சமயம் தூய்மையாகவும் இருக்கின்றன. அப்படித் தான் இருக்கவேண்டும்.'

'நன்றி ஐயா!'

'சரி... அது என்ன உன் நெற்றியில்?'

'திருநீறு ஐயா.'

'அது சாம்பல்தானே? அதை ஏன் நெற்றியில் பூசியிருக்கிறாய்?'

'இது எங்கள் இந்து மதத்தின் சடங்குகளில் ஒன்று. உடலுக்கும் ஆன்மாவுக்கும் பலம் தருகிற அற்புத சக்தி இதற்கு இருக்கிறது.'

‘அப்படியானால், திருநீறு பூசுபவர்கள் சாகமாட்டார்கள் என்கிறாயா?’ ஆசிரியரின் குரலில் கேலி கரைபுரண்டு ஓடியது.

‘இந்து மதத்தைச் சேர்ந்தவர்களுக்கு திருநீறு என்பது உணவைப் போன்றது. சாதாரணமாக உணவைச் சாப்பிடுகிற எல்லோரும் இறந்துதானே போகிறார்கள். அதை விடுங்கள்! கிறிஸ்தவர்கள் சிலுவைச் சின்னத்தை தினமும் நெற்றியில் போட்டுக்கொள் கிறார்கள். அப்படிச் செய்வதால், அவர்களால் மரணத்தைத் தடுத்துவிட முடிகிறதா என்ன? மரணம் என்பது யாராலும் தடுக்க முடியாத ஒன்று.’ முத்துராமலிங்கம் வெகு அமைதியாக பதில் சொன்னான்.

இப்படி ஒரு பதிலை அந்த ஆசிரியர் எதிர்பார்க்கவில்லை. இன்றைக்குத்தான் பள்ளியில் சேர்ந்திருக்கிறான். எவ்வளவு தெளிவாகப் பேசுகிறான். அதற்கு மேல் அவரிடம் பேச ஒன்றும் இல்லை.

‘சரி உட்கார்.’

‘ஐயா! நான் என்னுடைய கருத்தை மட்டுமே உங்களிடம் சொன்னேன். உங்களோடு விவாதம் செய்யவேண்டும் என்பது என் எண்ணமில்லை. தவறாகப் பேசியிருந்தால் மன்னிக்கவும்.’

இந்தப் பண்பு. இந்தப் பணிவு. இதுதான் முத்துராமலிங்கத்தை உயரத்துக்குக் கொண்டுபோனது. இப்படிப் பேசுகிற ஒரு மாணவனை அந்த ஆசிரியரால்தான் என்ன செய்ய முடியும். அதற்குப் பிறகு அவர் மாணவர்களின் மத அடையாளங்களுக்குள் தலையிடுவதே இல்லை.

3

கல்லை மட்டும் கண்டால் கடவுள் தெரியாது!

'ஜீவா, பி. ராமமூர்த்தி, சத்தியமூர்த்தி ஆகிய தலைவர்களும் சிறந்த பேச்சாளர்கள்தான். இருப்பினும், அப்போதிருந்த அனைத்துத் தலைவர்களிலும் இனிமை மிகு, வேக மிகு பேச்சு தேவரின் பேச்சுதான்.'

– கம்யூனிஸ்ட் தலைவர் ஐ. மாயாண்டி பாரதி.

பசுமலையில் படித்தபோது, நேரம் கிடைக்கும்போதெல்லாம் அருகிலுள்ள திருப்பரங்குன்றத்துக்குப் போவார் முத்துராமலிங்கம். முருகப் பெருமானை வழிபடுவார். திருப்பரங்குன்றம் மலையில் இருக்கும் சித்தர்களுடன் மணிக்கணக்கில் உரையாடுவார். அவர்களிடம் சில சித்து வேலைகளைக் கற்றுக் கொள்வார்.

அப்படி ஒரு முறை, அவர் திருப்பரங்குன்றத்துக்குப் போய் விட்டுத் திரும்பும்போதுதான் அந்தச் சம்பவம் நடந்தது. வழியில் பெருங்கூட்டம். கூட்டத்துக்கு நடுவே ஒரு பாதிரியார் மதப் பிரசாரம் செய்துகொண்டிருந்தார்.

'இயேசு கிறிஸ்துவே உண்மையான ஆண்டவர். அவர் பாவிகளை விருப்பத்தோடு அழைக்கிறார். பாவங்களை மன்னிக்கிறார். அவரைப் பின்பற்றுபவர்களுக்கு மோட்ச ராஜ்ஜியத்தை அளிக்கிறார்.'

முத்துராமலிங்கமும் கூட்டத்தோடு நின்று வேடிக்கை பார்த்தார். மிக ஆவேசமாக பிரசங்கம் செய்துகொண்டிருந்தார் அந்த மத போதகர்.

'இங்கே பாருங்கள்! இது என்ன?'

'கல்!' கூட்டத்திலிருந்து ஒரு குரல் வந்தது.

'இதுவும் கல்தான். கோயிலில் நீங்கள் வழிபடும் சிலையும் கல்தான். அப்படி இருக்க, ஒரு கல்லைப் போய் நீங்கள் கடவுள் என்று வழிபடலாமா?'

இப்படிச் சொல்லிவிட்டு பாதிரியார் கூட்டத்தை எகத்தாளத் தோடு சுற்றிப் பார்த்தார்.

அவ்வளவுதான். அதற்குப் பிறகு முத்துராமலிங்கத்துக்குப் பொறுக்கவில்லை.

'ஐயா! எனக்கு ஒரு சந்தேகம்!'

'கேள் தம்பி!'

'உங்களுக்கு அம்மா இருக்கிறார்களா?'

'இருக்கிறார்கள்.'

'மனைவி?'

'இருக்கிறார்.'

'சகோதரிகள்?'

'உண்டு.'

'அப்படியானால், அவர்கள் எல்லோருமே பெண்கள்தானே! இவர்கள் எல்லோரையும் நீங்கள் ஒன்றுபோல்தான் பார்க்கிறீர் களா? ஒன்றுபோல்தான் நடத்துகிறீர்களா? அப்படிப் பார்க் கவோ, நடத்தவோ முடியாது. இல்லையா? அதுபோலத்தான் நாங்களும். ஒரு கல்லைச் சிலைவடிவில் தெய்வமாகக் காண் கிறோம். மற்றொன்றை வீடு கட்டப் பயன்படும் சாதாரணக் கல்லாகக் காண்கிறோம். மற்றொன்றை சாலை போடப் பயன் படும் சாதாரணக் கல்லாகப் பார்க்கிறோம்.'

பாதிரியார் பதில் சொல்ல முடியாமல் விழித்தார். கூட்டம் கைதட்டி ஆரவாரம் செய்தது.

தலைகுனிந்திருந்த பாதிரியாரைப் பார்த்து முத்துராமலிங்கம் சொன்னார்: 'ஐயா! உங்களையோ, உங்கள் மதத்தையோ, கடவுளையோ இழிவுபடுத்தவேண்டுமென்பது என் நோக்கம் அல்ல. அதே போல நீங்கள் பிற மத நம்பிக்கையை இகழ்வதும் தவறு. நீங்கள் இதைப் புரிந்துகொள்ள வேண்டும் என்பதற் காகத்தான் நான் அப்படிப் பேசினேன். நான் பேசியது உங்கள் மனத்தைப் புண்படுத்தியிருந்தால் அதற்காக வருந்துகிறேன்.'

பசுமலையில், முத்துராமலிங்கத்தின் படிப்புத் தொடர்ந்து நடக்கவில்லை. ஆறாம் படிவம். இறுதி வகுப்பு. ஆனால், என்ன காரணமோ அங்கிருந்து வெளியேறி, மதுரை ஐக்கிய கிறிஸ்தவ உயர்நிலைப் பள்ளியில் போய்ச் சேர்ந்தார்.

அங்கேயும் அவருடைய பள்ளிக் கல்வி தொடரவில்லை. இரண்டு மாதங்களுக்குத்தான் படித்திருப்பார்.

ஒரு நாள் திடுதிப்பென்று ஒருவர் வீட்டு வாசலில் வந்து நின்றார்.

'இங்கே முத்துராமலிங்கம் என்பவர் யார்?'

'நான் தான். நீங்கள்?'

'ராமநாதபுரம் சேதுபதி அரசர் அரண்மனையில் இருந்து வரு கிறேன். உங்களை உடனே அழைத்துவரும்படி மன்னர் உத்தரவு.'

மேல் விவரம் கிடைக்கவில்லை. அரசர் அழைக்கிறார். போய்த் தான் ஆகவேண்டும். முத்துராமலிங்கம் பாட்டிமார்களிடம் விடை பெற்றார். வந்தவரோடு உடனே கிளம்பிப் போனார்.

இருவரும் ராமநாதபுரம் போய்ச் சேர்ந்தார்கள். அழைத்துப் போனவர், முத்துராமலிங்கத்தை அரண்மனையில் இருந்த வசதியான அறை ஒன்றில் தங்க வைத்தார்.

'இன்று மாலை நீங்கள் அரசரை சந்திக்கலாம். அதுவரை ஓய்வெடுங்கள் தம்பி!'

அன்று மாலைவரை விடுதியில் ஓய்வெடுத்தார் முத்துராம லிங்கம். மாலையில், அரசரின் சகோதரரான பாண்டிய மகா ராஜாவிடம் அவரை அழைத்துப் போனார்கள்.

அரசரை முறைப்படி வணங்கினார் முத்துராமலிங்கம்.

'வா முத்துராமலிங்கம்! நலமாக இருக்கிறாயா?'

'நலம்தான் அரசே!' அப்போதுதான் முத்துராமலிங்கம் அரசருக்குக் கொஞ்சம் தள்ளி குழந்தைசாமி பிள்ளை இருப்பதை கவனித்தார். எல்லாம் தாத்தாவின் ஏற்பாடு என்பது அவருக்குப் புரிந்துபோனது.

'தம்பி முத்துராமலிங்கம்! உன்னைப் பற்றிய எல்லா விவரங்களையும் உன் தாத்தா குழந்தைசாமி பிள்ளையிடம் கேட்டுத் தெரிந்துகொண்டேன். தற்போது இருக்கிற சூழ்நிலையில் நீ இந்த அரண்மனையில் தங்கிப் படிப்பதுதான் நல்லது என்று அவர் நினைக்கிறார். நீ என்ன சொல்கிறாய்?'

'நீங்கள் என்ன உத்தரவு கொடுத்தாலும் அதை அப்படியே ஏற்றுக்கொள்கிறேன் மகாராஜா!'

'நீ உடனே மதுரைக்குக் கிளம்பிப் போய், பள்ளியில் வேண்டிய ஆவணங்களை வாங்கிக்கொண்டு அரண்மனைக்கு வந்துவிடு! நீ இனி இங்கேயே தங்கிப் படிக்கலாம். உன் பாட்டிமார்களை ஊரிலேயே இருக்கச் சொல்! உன்னுடைய தேவைகள் அனைத்தையும் இனி அரண்மனை பார்த்துக்கொள்ளும்.'

'ஆகட்டும் அரசே!'

முத்துராமலிங்கம் அடுத்த ஒரு வாரத்தில் ராமநாதபுரம் அரண்மனைக்கு வந்தார். சேதுபதி உயர்நிலைப் பள்ளியில், ஆறாம் படிவம் என்கிற இறுதி வகுப்பில் சேர்ந்தார்.

அரண்மனையில் இருந்துகொண்டு தினமும் பள்ளிக்குப் போய் வந்தார். அவரும் அரசரின் மகன் இளையசேதுபதியும் ஒரே வகுப்பில் படித்தார்கள். அங்கே கல்லுப்பட்டியில், முத்துராமலிங்கத்தின் பாட்டி ராணி அம்மாளுக்கும், அவருடைய தாயாருக்கும்தான் இருப்புக்கொள்ளவில்லை. குழந்தையாக இருந்தபோது, கல்லுப்பட்டிக்கு வந்ததிலிருந்து, முத்துராமலிங்கத்தை இருவரும் ஒரு நாள்கூடப் பிரிந்தது கிடையாது.

பேரப்பிள்ளை சாப்பாட்டுக்கு என்ன செய்கிறதோ! நேரத்துக்குத் தூக்கம் வருகிறதோ இல்லையோ! துணியையெல்லாம் யார் துவைத்துப் போடுகிறார்களோ! அதென்ன இப்படி யோசிக்கிறோம்? அரண்மனை என்றால் நன்றாகத்தானே கவனித்துக் கொள்வார்கள்!

இப்படியெல்லாம் இருவரும் மாறி மாறிப் பேசி அங்கலாய்த்துக் கொண்டிருந்தார்கள். குழந்தைசாமி பிள்ளை வந்தார்.

அவரைப் பார்த்ததும் 'கணக்கு பிள்ளை ஐயா! என் பேரன் எப்படி இருக்கிறான்? வேளைக்குச் சாப்பிடுகிறானா? அங்கே அவனுக்கு ஒரு குறைவும் இல்லையே! எங்களைப் பற்றி நினைக்கிறானா?' என்றெல்லாம் கேட்டுத் துளைத்து எடுத்துவிட்டார் ராணி அம்மாள்.

'இது என்னம்மா இப்படிக் கேட்டுவிட்டீர்கள்? உங்கள் பேரனுக்கு அங்கே ஒரு குறைவும் கிடையாது. முத்துராமலிங்கத்துக்கு உலகம் தெரிய வேண்டாமா? அவர் அரண்மனையில் வளர்வது தானே நல்லது?'

'அது சரி. அது ஏன் திடீரென்று எங்களிடம் இருந்து முத்துராமலிங்கத்தைப் பிரித்து ராமநாதபுரம் அரண்மனையில் விட வேண்டும்?'

'அப்படிக் கேளுங்கள். முத்துராமலிங்கம் மேஜராகிற வயதை நெருங்கிக்கொண்டிருக்கிறார். இனிமேல், உக்கிரபாண்டிய தேவரின் புது மனைவிகளின் உறவினர்களால் அவருக்கு ஆபத்து ஏற்படலாம். அதனால்தான் இந்த ஏற்பாடு.'

'இத்தனை நாள் வராத ஆபத்து, இப்போது மட்டும் வந்துவிடுமா என்ன?'

'மேஜர் பருவத்தை அடையும்போதுதான் சொத்து பிரச்னை வரும். அதனால் எதிரிகள் என்ன வேண்டுமானாலும் செய்யத் துணிவார்கள். அந்தச் சமயத்தில் நம் பேரப்பிள்ளைக்கு உரிய பாதுகாப்புக் கொடுக்கவேண்டியது நம் கடமை அல்லவா?'

அப்போதுதான் ராணி அம்மாளுக்கும் அவர் தாயாருக்கும் குழந்தைசாமி பிள்ளையின் நல்ல எண்ணம் புரிந்தது. ஆனாலும், இருவரும் ஒரு முறையாவது முத்துராமலிங்கத்தைப் பார்த்து விடவேண்டும் என்று ஆசைப்பட்டார்கள்.

'முழுப் பரீட்சை நெருங்குகிற நேரம். விடுமுறையில் இங்கு தானே வருவார். அப்போது பார்த்துக்கொள்ளலாம்' என்று சமாதானப்படுத்திவிட்டுப் போய்விட்டார் பிள்ளை.

அவர் அப்படிச் சொல்லிவிட்டாரே தவிர, இயற்கை, முத்துராமலிங்கத்தை முழுப்பரீட்சை எழுதவிடவில்லை. பிளேக் என்கிற

கொடூரமான எமன் ராமநாதபுரத்தையே கதிகலங்க வைக்க முடிவு செய்தது போல உள்ளே புகுந்தது. அந்தக் கொள்ளை நோய்க்கு பலியானவர்கள் ஏராளம்.

ராமநாதபுரம் ஜில்லாவில் பிளேக் பரவுகிறது. இந்தத் தகவல் கல்லுப்பட்டிக்குக் கிடைத்தது. பாட்டிமார்கள் பதறிப்போனார்கள். ஒரு கணம் கூட தாமதிக்காமல் ராமநாதபுரத்துக்கு ஓடி வந்தார்கள். 'இனிமேல் ஒரு கணம்கூட உன்னை இங்கே இருக்க விட மாட்டோம். கிளம்பு!' என்றார்கள்.

முத்துராமலிங்கம் வெளியேற மறுத்தார். பாட்டிகள் அசைந்து கொடுக்கவில்லை. கையோடு அழைத்துப் போய்விட்டார்கள். அந்த வருடம் ராமநாதபுரத்தில் பரவிய பிளேக் நோய், பல உயிர்களை வாரிக்கொண்டு போனது. தான் வந்த வேலை முடிந்த திருப்தியோடு அந்த நோய் திரும்பிப் போனது. கல்லுப்பட்டியில் இருந்த முத்துராமலிங்கம், பாட்டிமார்களிடம் பேசினார்.

'அதுதான் பிளேக் ஒழிந்துவிட்டதே! இப்போதாவது நான் பள்ளிக்குத் திரும்ப அனுமதி கொடுங்கள்!'

திரும்பத் திரும்ப பேரன் நச்சரிப்பது தாங்காமல், அவரை ராமநாதபுரத்துக்கு அனுப்பி வைத்தார் ராணி அம்மாள்.

பரீட்சை நெருங்கிக்கொண்டிருந்தது. எதைப் பற்றியும் கவலைப் படாமல், படிப்பில் ஆழ்ந்துபோயிருந்தார் முத்துராமலிங்கம்.

ஒரு நாள், அவரைப் பார்க்க இரண்டுபேர் வந்தார்கள். இருவரும் உறவினர்கள். ஒருவர் மைத்துனர் தங்கவேல் தேவர். இன்னொருவர், துரைசிங்க தேவர். இருவர் முகத்திலும் தெரிந்த பதற்றத்தையும் பரபரப்பையும் பார்த்தே, ஏதோ நடக்கக் கூடாதது நடந்திருக்கிறது என்பதைப் புரிந்துகொண்டார் முத்துராமலிங்க தேவர். இருவரையும் தனியே அழைத்துப் போய்ப் பேசினார்.

'என்ன விஷயம்?'

'உங்க அப்பா...'

'அப்பாவுக்கு என்ன?'

'அவருக்கு ஒண்ணும் இல்ல. பசும்பொன்னுலயும் புளிச்சி குளத்துலயும் இருக்குற ஏராளமான பணம், நகை, பண்ட

பாத்திரங்களையும், அரசர் கொடுத்த சன்மானங்களையும், முக்கியமான நிலப் பத்திரங்களையும் மூணு வண்டியில ஏத்தி, மதுரைக்குக் கிளம்பிக்கிட்டு இருக்கார்.'

'அப்படியா? பாட்டையா குழந்தைசாமி பிள்ளை எங்கே?'

'அவர் ஏதோ வேண்டுதல்னு ராமேஸ்வரம் போயிருக்கார். அதைத் தெரிஞ்சுக்கிட்டுத்தான் உக்கிரபாண்டிய தேவர் இப்படிச் செய்யறார்.'

முத்துராமலிங்க தேவர் யோசித்தார். உண்மையில், அவருக்கு பரம்பரைச் சொத்தின் மீது எந்த ஈடுபாடும் இல்லை. அதுவுமில் லாமல், அதை அனுபவிக்கப் பார்க்கிறவர் தந்தை அல்லவா! இந்த விஷயத்தில் தான் என்ன செய்ய முடியும்? இப்படியெல் லாம் பல்வேறு யோசனைகள் அவரிடம் ஓடிக்கொண்டிருந்தன.

'தந்தையார்தானே எடுத்துக்கொண்டு போகிறார். போகட்டும்!' என்றார் முத்துராமலிங்க தேவர். இந்த பதிலைக் கேட்டு அசந்து போனார்கள் துரைசிங்க தேவரும் தங்கவேல் தேவரும்.

'என்ன மாப்பிள்ளே! இப்படிச் சொல்லிட்டீங்க! அது உங்களுக்குச் சேரவேண்டிய சொத்து. உங்க அப்பா அனுபவிச்சாலும் பரவா யில்ல. யார் யாருக்கோ செலவழிச்சா சொத்து வீணாத்தானே போகும்? இப்போ மட்டும் நீங்க கிளம்பி வரலைன்னா, கிழக்கு வீட்டுப் பெருமையை யாராலயும் காப்பாத்த முடியாது.'

வந்தவர்கள் திரும்பத் திரும்பப் பேசினார்கள். முத்துராமலிங்க தேவரின் மனத்தைக் கரைய வைத்தார்கள். அவரும் மறுக்க முடியாமல், அவர்களோடு கிளம்பிப் போனார். அதற்குள் உக்கிரபாண்டிய தேவர் பசும்பொன்னிலிருந்து மூட்டை முடிச்சுகளுடன் கிளம்பியிருந்தார். பாதுகாப்புக்கு அவருடைய ஆள்கள், மனைவிகளின் உறவினர்கள் என்று பெரும்கூட்டம் ஒன்று சேர்ந்திருந்தது.

முத்துராமலிங்க தேவர் நாலூர் கிராமத்துக்கு அருகே உக்கிர பாண்டிய தேவரை வழி மறித்தார். இருவருக்கும் கடும் வாக்கு வாதம். அந்த நிலையிலும், தந்தையாரைக் கொஞ்சம் கூட மரியாதைக் குறைவாகப் பேசாமல் தன்மையாகப் பேசினார். ஆனால், நேரம் ஆக, ஆக வாக்குவாதம் கூடிக்கொண்டே

போனது. ஒரு கட்டத்தில் பொறுமை இழந்தவராக, உக்கிர பாண்டிய தேவர், முத்துராமலிங்கத்தை அடிக்க ஆட்களை ஏவினார்.

முத்துராமலிங்க தேவர் கற்று வைத்திருந்த சண்டைக் கலைகள் எல்லாம் அன்றைக்கு முழுமையாகப் பயன்பட்டன. எதிரிகளைப் பந்தாடினார். அப்படித்தான் சொல்லவேண்டும். அவரை ஒருவரால்கூட நெருங்க முடியவில்லை. அப்படியே தூக்கி வீசி எறிந்துகொண்டிருந்தார். எதிர்பாராத அடிகளை எதிரிகளுக்குக் கொடுத்து, துவம்சம் செய்தார்.

இதற்கிடையில், முத்துராமலிங்கத்துக்கு ஆதரவாக, துரைசிங்க தேவர், தங்கவேல் தேவர் ஆகியோர்களோடு வேறு சிலரும் சேர்ந்துகொண்டார்கள். தன் பக்கம் உள்ளவர்களிடம், தந்தையார் உக்கிரபாண்டிய தேவர் மீது யாருடைய விரல் நுனிகூடப்படக் கூடாது என்று சொன்னார்.

தாக்குதல்களைத் தாக்குப்பிடிக்க முடியாமல், உக்கிரபாண்டிய தேவருடன் வந்தவர்கள் சிதறி ஓடினார்கள். தந்தையாரிடம் வந்தார் முத்துராமலிங்க தேவர். நடந்ததற்கு மன்னிப்புக் கேட்டார். பசும்பொன்னுக்கு வரும்படி அழைத்தார்.

உக்கிரபாண்டிய தேவர் மறுத்துவிட்டார். நாஞூரிலேயே தங்கி விட்டார். முத்துராமலிங்க தேவர், வண்டிகளை பசும்பொன் னுக்குக் கொண்டு போனார். அந்தச் சண்டையில் அவருக்கு லேசாகக் காயம் வேறு ஏற்பட்டிருந்தது. அந்தக் காயத்தைவிட, தந்தையாருடன் இப்படி நேருக்கு நேர் சண்டை போட வேண்டியதாகிவிட்டதே என்கிற எண்ணம் பெரிய காயமாக அவருக்குள் பதிந்து போயிருந்தது. அந்தக் காயம் விரக்தியாக மாறியது. இனி யாருக்காக வாழவேண்டும்? ஏன் வாழ வேண்டும்? பேசாமல் உண்ணா நோன்பு இருந்து இறந்து போய் விடலாமா? இப்படியெல்லாம் யோசித்தார் அவர். வரும் வழியில், அவர் ஏறியிருந்த வண்டி குடை சாய்ந்தது. பக்கத்து கிராமத்து மக்களின் உதவியுடன் வண்டியை நிமிர்த்தி, பசும்பொன்னுக்குப் போய்ச் சேர்ந்தார்.

பல காலமாக கல்லுப்பட்டியிலேயே வளர்ந்த பிள்ளை. முப்பத்தி ரெண்டரை கிராமங்களுக்கு உரிமைகொண்டாடக்கூடிய வாரிசு. சொந்த ஊருக்கு வருகிறார். ஊரே திரண்டு நின்று வேடிக்கை

பார்த்தது. அவருடைய அழகையும் கம்பீரத்தையும் பார்த்து மூக்கின்மேல் விரல் வைத்து அசந்து போனது.

'தேவர் மகனா இது! அடடா என்ன அழகு! முகத்தில் எத்தனை சாந்தம்! இவரையா அடித்துப்போட உக்கிரபாண்டிய தேவர் ஆட்களை ஏவினார்!'

அந்தக் காலத்தில் குடும்பச் சண்டைகளில், மற்றவர்கள் தலையிட மாட்டார்கள். உக்கிரபாண்டிய தேவருக்கும் முத்துராமலிங்க தேவருக்கும் இடையில் நடந்தது ஊராரைப் பொறுத்தவரை குடும்பச் சண்டை. யாரும், ஏன், எதற்கு என்று ஒரு வார்த்தை கூடக் கேட்கவில்லை. ஆனால், என்ன நடக்கிறது என்று வேடிக்கை பார்க்க, முத்துராமலிங்க தேவர் வந்த வண்டியின் பின்னாலேயே போனார்கள்.

கிழக்கு வீட்டுக்கு வந்து சேர்ந்த முத்துராமலிங்க தேவர் யாரிடமும் எதுவும் பேசவில்லை. உறவினர்கள் கொண்டு வந்து கொடுத்த உணவையோ, நீரையோ கையால்கூடத் தொட வில்லை. அவர் உண்ணாவிரதம் தொடங்கினார். தன்னை நினைத்தும், தன் தந்தையாரை நினைத்தும் தனக்குத் தானே தேவர் செய்துகொண்ட ஆத்ம யாகம் அது. 'முத்துராமலிங்க தேவர் பசும்பொன் திரும்பிவிட்டார். வந்தவர் உண்ணாவிரதம் இருக்கிறார்.' இந்தச் செய்தி, காய்ந்த சருகில் விழுந்த தீயாக மாறி, காட்டுத் தீ போல உருவெடுத்து, அக்கம் பக்கத்து ஊர்களுக்கெல்லாம் போய்ச் சேர்ந்தது.

மக்கள் திரண்டு வந்தார்கள். பெரியவர்களும் உறவினர்களும் அறிவுரை சொன்னார்கள். ஒன்று, இரண்டு, மூன்றாவது நாள். இதற்கு மேலும் அவர் உண்ணா நோன்பு இருந்தால் நிலைமை தீவிரமாகிவிடும் என்று உணர்ந்தார்கள் பெரியவர்கள். அவரை சமாதானப்படுத்த ஒரே ஒருவரால்தான் முடியும். அவர் குழந்தை சாமி பிள்ளை. எங்கிருந்தாலும் அவரை அழைத்துவர ஆள் அனுப்பினார்கள்.

இதற்கிடையில், பசும்பொன்னுக்கு முத்துராமலிங்க தேவர் வந்துவிட்ட தகவல் கிடைத்து, குழந்தைசாமி பிள்ளையே கிளம்பி வந்துகொண்டிருந்தார். அவரைப் பார்த்ததும் ஓடி வந்து அணைத்துக்கொண்டார் தேவர்.

'பாட்டையா! எங்கே போயிருந்தீர்கள்? நீங்கள் இல்லாமல், இங்கே என்னவெல்லாம் நடந்துவிட்டது தெரியுமா?'

‘எல்லாவற்றையும் கேள்விப்பட்டேன். இப்போது என்ன.. வரவேண்டிய இடத்துக்கு நீங்கள் வந்து சேர்ந்துவிட்டீர்கள். அவ்வளவுதான்.’

விஷயத்தை மிகவும் சுலபமாக்கிவிட்டார் குழந்தைசாமி பிள்ளை.

‘என் தந்தை ஏன் தான் இப்படியெல்லாம் நடந்துகொள்கிறாரோ?’ என்று அரற்றிய தேவரை ஆற்றுப்படுத்தினார். இதிகாச காலத்திலிருந்து பல நிகழ்வுகளில், தந்தைக்கும் மகனுக்கும் ஏற்பட்ட பிணக்குகளை பட்டியல் போட்டார். பழுத்த, அனுபவமும் நாட்டு நடப்பும் தெரிந்த பெரியவரின் புத்திமதியில் கொஞ்சம் சமாதானமானார் முத்துராமலிங்க தேவர்.

‘தொடர்ந்து என் படிப்புக்கு இடைஞ்சல் வருகிறதே! நான் என்ன செய்வது?’

‘வேண்டாம். இனி படித்து என்ன செய்யப் போகிறீர்கள். உங்களுக்குப் போதுமான ஆங்கில அறிவும், பொது அறிவும் இருக்கிறது. ஊரை கவனியுங்கள். போதும்.’ என்று ஒரே போடாகப் போட்டுவிட்டார் பிள்ளை.

அந்தச் சமயத்தில், இளம் வயதிலேயே தாயைப் பறிகொடுத்த சோகம், தந்தையாரின் அரவணைப்புக் கிடைக்காத விரக்தி எல்லாம் ஒன்று சேர்ந்துகொண்டது தேவருக்கு. யாரும் எடுக்கத் துணியாத ஒரு முடிவை எடுத்தார் தேவர். அது, ‘கடைசிவரை திருமணம் செய்துகொள்ளாமல், பிரம்மச்சாரியாகவே வாழ்வது’ என்கிற முடிவு.

அந்த முடிவை குழந்தைசாமி பிள்ளையிடம் வெளிப்படையாகத் தெரிவிக்கவும் செய்தார். அதிர்ந்து போனார் பிள்ளை. எவ்வளவோ எடுத்துச் சொன்னார். முத்துராமலிங்க தேவர் உண்ணாவிரதத்தைக் கைவிட்டாலும், தான் எடுத்த முடிவை மட்டும் கடைசிவரை கைவிடுவதில்லை என்கிற தீர்மானமாக இருந்தார்.

அதோடு, வாழ்நாள் முழுக்கப் பொது வாழ்க்கையில் ஈடுபட்டு, மக்களுக்காக ஏதாவது செய்யவேண்டும் என்கிற எண்ணமும் அவர் மனத்தில் வேரூன்றியிருந்தது. நேரம் கிடைக்கும் போதெல்லாம் நிறைய புத்தகங்களை வாசிக்கும் பழக்கத்தைத் தொடர்ந்தார்.

மகனுக்கும் தந்தைக்குமான பிரச்னை இத்தோடு தீர்ந்துவிட வில்லை. உக்கிரபாண்டிய தேவர் எப்படியும் முத்துராமலிங்க தேவரோடு சண்டைக்கு வருவார் என்பது குழந்தைசாமி பிள்ளைக்குத் தெரிந்தே இருந்தது. இனிமேலும் தாமதிப்பது பல சிக்கல்களுக்கு வழிவகுக்கும் என்பதைப் புரிந்துகொண்டார். கோர்ட்டுக்குப் போவது என்று முடிவெடுத்தார்.

'தந்தை மேல் வழக்குப் போடுவதா? அதுவும் நானா? முடியவே முடியாது.' மறுத்துவிட்டார் முத்துராமலிங்க தேவர்.

'அதற்காகப் பரம்பரைச் சொத்துகளைப் பாழாக்கப் போகிறீர் களா? ஆதி முத்துராமலிங்க தேவரும் உங்கள் மூதாதையரும் கட்டிக் காத்த சொத்துகளை அப்படியே விட்டுவிடப் போகிறீர் களா?'

என்னென்னவோ பேசி, முத்துராமலிங்க தேவரின் மனத்தை மாற்றினார் குழந்தைசாமி பிள்ளை. வேறு வழியில்லாமல் முத்துராமலிங்க தேவர் நீதிமன்றப் படிகளில் ஏறினார், வழக்குத் தொடுக்க. அதுவும் தந்தைக்கு எதிராக.

4

காணாமல் போன துப்பாக்கிகள்

> முத்துராமலிங்க தேவரது உடல் தோற்றம், கம்பீரமான வெண்கலக் குரல், சந்தன நிறம், தொடக்கத்தில் சிங்க மீசை ஆகியவற்றோடு மேடைகளில் தோன்றி, வாய் திறந்து செந்தமிழில் முழங்கி முடிக்கிறபோது, கோழையும் வீரனாகித் திரும்புவான்.
>
> – தா. பாண்டியன்

வாதி முத்துராமலிங்க தேவர். பிரதிவாதிகளாக உக்கிரபாண்டிய தேவரும் அவரைச் சார்ந்தவர்களும். அவர்களும் எண்ணிக்கையில் ஒன்றிரண்டு பேர்கள் இல்லை. மொத்தம் 208 பேர்கள். ராமநாதபுரம் நீதிமன்றத்தில் வழக்குப் பதிவானது. வழக்கு எண் ஓ. எஸ். 61.

வழக்கும் மிகவும் சிக்கலாக இருந்தது. கிழக்கு வீட்டு பரம்பரைச் சொத்துக்கு எத்தனையோ பேர் உரிமை கொண்டாடினார்கள். தாங்களும் வாரிசுகள், உக்கிரபாண்டிய தேவருக்கு ரத்த உறவுகள் என்று எதிர்வாதம் செய்தார்கள்.

வழக்கை நடத்தத் திறமையான வழக்கறிஞர் வேண்டுமே! சென்னையில் இருந்தார் டி. சீனிவாச ஐயங்கார். நான்கு ஆண்டு

கள் உயர் நீதிமன்றத்தில் அரசு வழக்கறிஞராகப் பணியாற்றியவர். அவரைப் பற்றிக் கேள்விப்பட்டு அவரைப் பார்ப்பதற்காக 1927ம் ஆண்டு டிசம்பர் மாதம் சென்னை வந்தார் முத்துராமலிங்க தேவர்.

சீனிவாச ஐயங்கார் காங்கிரஸ்காரர். அந்தச் சமயத்தில் சென்னையில் நடைபெற இருந்த இந்திய தேசிய காங்கிரஸ் மாநாட்டுக்கான பணிகளைத் தீவிரமாகச் செய்துகொண்டிருந்தார். சீனிவாச ஐயங்காருக்கு, தேவரைப் பார்த்ததுமே பிடித்துப் போய்விட்டது. ஏற்கெனவே, தேவரைப் பற்றி அவர் கேள்விப்பட்டிருந்தார்.

'தேவரே! இந்திய தேசிய காங்கிரஸ் மாநாடு நடைபெற இருக்கிறது. வருகிறீர்களா?'

சீனிவாச ஐயங்கார் கேட்டதும், தேவரால் மறுக்க முடியவில்லை. மாநாட்டில் பார்வையாளராகக் கலந்துகொள்ளச் சம்மதம் சொன்னார்.

முத்துராமலிங்க தேவர், வந்த வேலையை மறந்துவிட்டு, இரவு முழுவதும் தேச நிலைமைகளைப் பற்றி சீனிவாச ஐயங்காருடன் விவாதித்தார். ஆங்கிலேயரிடம் அடிமைப்பட்டுக் கிடக்கும் தேசம். ஒடுக்கப்படும் மக்கள். ஆங்கில ஆட்சிக்கு எதிராகக் கிளர்ந்தெழும் வீரர்களை அடித்து, உதைத்து சித்திரவதை செய்து, சிறையில் தள்ளும் கொடுமை. எல்லாவற்றையும் விவாதித்தார்கள்.

இறுதியில், உணர்ச்சிவசப்பட்டவராக தேவர் இப்படிச் சொன்னார்: 'தேச விடுதலைக்காக எனது உடல், பொருள், ஆவி அத்தனையையும் தருவதற்கு நான் தயாராக இருக்கிறேன்.'

நெற்றி நிறைய விபூதி. அதன் மத்தியில் குங்குமம். விலை உயர்ந்த வாயல் வேட்டி. சைனா சில்க் சட்டை. இவற்றோடுதான் வலம் வருவார் தேவர். ஆளைக் கவர்ந்திழுக்கும் கண்கள், அகன்று விரிந்த மார்பு சகிதமாக ஆஜானுபாகுவான தோற்றத்தில் இருக்கும் தேவரைப் பார்ப்பவர்களுக்கே ஒரு பயம் கலந்த மரியாதை தோன்றும். காங்கிரஸ் மாநாட்டில் கலந்துகொண்ட தேவர் முதல் காரியமாக, சைனா சில்க் சட்டையையும் வாயல் வேட்டியையும் கழற்றி வைத்தார். அதற்கு பதிலாக கதர் சட்டை, கதர் வேட்டி.

இந்திய தேசிய காங்கிரஸ் மாநாடு தொடங்கியது. மாநாட்டுத் தலைவராக டாக்டர் அன்சாரி. பார்வையாளராகக் கலந்து

கொள்ள வந்த முத்துராமலிங்க தேவரை, ஆப்ப நாட்டு பிரதிநிதியாக, மாநாட்டுக்கு வந்தவர்களுக்கு அறிமுகப்படுத்தி வைத்தார் சீனிவாச ஐயங்கார். நெகிழ்ந்து போனார் தேவர்.

அந்த மாநாட்டில் கலந்துகொண்ட இன்னொரு முக்கியமான தலைவர் சுபாஷ் சந்திரபோஸ். அவரைப் பார்த்ததுமே, ஒரு பிணைப்பும் நெருக்கமும் ஏற்பட்டுவிட்டது தேவருக்கு. அவருடன் உரையாடினார். பேசப் பேச, நேதாஜியின் கம்பீரமும் வீரமும் அவரைக் காந்தம் போலக் கவர்ந்து இழுத்தன.

'இவர்தான் என் தலைவர்!' என்று மனதுக்குள் உரக்கச் சொல்லிக் கொண்டார் முத்துராமலிங்க தேவர்.

அந்த மாநாட்டில் மிக முக்கியமான தீர்மானம் ஒன்று நிறைவேறியது. 'தேசத்துக்கு பரிபூரண சுயராஜ்யம் வேண்டும்.'

தீர்மானம் நிறைவேற்றப்படும்போதே பலத்த எதிர்ப்புக் கிளம்பியது. எதிர்த்தவர்கள் காந்தியடிகள் பக்கம் நின்ற மிதவாதிகள்.

சுபாஷ் சந்திரபோஸும் சீனிவாச ஐயங்காரும் தீவிரவாதத்தில் நம்பிக்கை கொண்டவர்கள். இவர்கள் பரிபூரண சுயராஜ்ஜியத்தை ஆதரித்தார்கள். மிதவாதிகளின் எதிர்ப்புப் பலனில்லாமல் போய், தீர்மானம் நிறைவேறியது.

★

தேவர், உக்கிரபாண்டிய தேவர் மீது தொடர்ந்த சிவில் வழக்கு நீதிமன்றத்தில் மும்முரமாக நடந்துகொண்டிருந்தது. முத்துராமலிங்க தேவர் பேசுகிற முறை வந்தபோது நீதிபதி கேட்டார்: 'உங்கள் தந்தையார் உக்கிரபாண்டிய தேவருக்கு நீங்கள் மட்டும்தான் வாரிசு என்று சொல்கிறீர்கள். ஆனால், பிரதிவாதிகளில் நிறையபேர் நாங்களும் உக்கிரபாண்டிய தேவருக்குத்தான் பிறந்தோம் என்கிறார்கள். இதற்கு என்ன பதில் சொல்லப் போகிறீர்கள்?'

'எங்கள் மாவட்டத்தில் அறுவடை முடிந்த பிறகு, நிலம் தரிசாகவும் நீர் நிலை வரண்டும் கிடக்கிற காலம் ஒன்று உண்டு. அப்போதெல்லாம் கால்நடைகளை மேய்ச்சலுக்காக அனுப்பி வைப்பார்கள். மாடுகளில் பட்டி மாடுகள், பண்ணை மாடுகள் என்று இரண்டு பிரிவுகள் உள்ளன. ஆனால், மேய்ச்சலுக்குப் போகும்போது எல்லா மாடுகளும் ஒன்றாகத்தான் செல்லும்.

‘சில சமயங்களில், பண்ணையைச் சேர்ந்த பசுவுக்கும் பட்டியைச் சேர்ந்த காளைக்கும் கலப்பு நடக்கும். பசுமாடு கருத்தரிக்கும். கன்றையும் ஈனும். அந்தக் கன்று பண்ணைக்குத்தான் சொந்த மாகுமே தவிர, பட்டியைச் சேர்ந்த காளைக்கோ, அதன் உரிமையாளனுக்கோ சொந்தமாகாது.

‘பசுமாட்டுச் சொந்தக்காரன், ‘உன்னுடைய காளைக்குத்தான் என் பசு கன்று போட்டிருக்கிறது. அதனால், சொத்தில் ஒரு பங்கை எனக்குக் கொடு’ என்று கேட்க மாட்டான். அதில் நியாயமும் கிடையாது. அது மாதிரிதான் இந்த வழக்கும்.

‘என் தாய் இந்திராணி அம்மையாரை, என் தந்தை உக்கிர பாண்டிய தேவர் எத்தனையோ பெரியோர்களும் ஆன்றோர்களும் உறவினர்களும் கூடியிருக்கும் சபையில், அக்கினியை வலம் வந்து துணைவியாராக ஏற்றுக்கொண்டார். அந்த பந்தத்தில் பிறந்த ஒரே வாரிசு நான் தான்.’

கிட்டத்தட்ட ஆறு ஆண்டுகள் நடைபெற்ற அந்த வழக்கின் முடிவில், கிழக்கு வீட்டுக்குச் சொந்தமான எல்லாச் சொத்து களும் தேவரிடமே வந்து சேர்ந்தன.

★

தேவரின் வாழ்க்கையில் நம்ப முடியாத பல அதிசயங்கள் நடந்த தாக அவருடைய வாழ்க்கை வரலாறை எழுதிய பலர் சொல் கிறார்கள். அவற்றில் இரண்டு சம்பவங்கள் முக்கியமானவை. அவை கற்பனையாகக்கூட இருக்கலாம் என்றாலும், அந்த சம்பவங்களின் பின்னணியில் இருக்கும் உண்மையை மறுப்பதற் கில்லை.

ஒன்று, தேவர் தீவிரமான முருக பக்தர். அவருடைய வாய் அடிக்கடி, ‘முருகா! முருகா!’ என்று உச்சரித்துக்கொண்டிருக்கும். தேவர் தனது தெய்வீக வழிகாட்டியாக ஏற்றுக்கொண்ட இன் னொருவர் சுவாமி விவேகானந்தர்.

அப்போது முத்துராமலிங்க தேவருக்குப் பதினைந்து வயது. பசுமலையில் படித்துக்கொண்டிருந்தார். ஒரு நாள், பாட்டி ராணி அம்மாளுடன் மதுரை மீனாட்சி அம்மன் கோயிலுக்குப் போனார். இருவரும் கோயிலை வலம் வந்தார்கள். அங்கிருக்கும் பழனி முருகன் சன்னதிக்குப் போனார்கள். கண் மூடி கடவுளைப் பிரார்த்தித்தார்கள்.

ராணி அம்மாள் பிரார்த்தனை முடிந்து கண் திறந்து பார்த்தார். முத்துராமலிங்க தேவர் முருகன் சிலையையே வெறிக்க வெறிக்கப் பார்த்துக்கொண்டிருந்தார்.

'முத்து! முத்து!'

தேவரிடம் அசைவில்லை.

அவர் தோளைப் பிடித்து உலுக்கினார் ராணி அம்மாள். 'முத்து! முத்துராமலிங்கம்! என்னப்பா ஆச்சு? வா, போகலாம்.'

முத்துராமலிங்கம் பாட்டியைத் திரும்பிப் பார்க்கவே இல்லை.

'பாட்டி! அங்க பாருங்க! முருகப் பெருமான் என்னைக் கூப்பிடுறார். தெரியுதா? இதோ நான் போறேன். அதான்.. என் உடம்பு முருகன் கிட்ட போகுது. அடடா! அவரோட கலக்குது. முருகா!'

அருள் வந்தவர் போல் ஆகிவிட்டிருந்தார் முத்துராமலிங்க தேவர். ராணி அம்மாள், அவரைப் பிடித்து உலுக்கித் தன் நிலைக்குக் கொண்டு வந்தார்.

இதே போல இன்னொரு 'அருள்' சம்பவமும் தேவருக்கு, அதே மதுரையில் நடந்தது. அப்போதும் பசுமலையில்தான் படித்துக் கொண்டிருந்தார் தேவர். விவேகானந்தர் குறித்த புத்தகங்களை மிகவும் விரும்பிப் படிப்பார். சதா விவேகானந்தரையே நினைத்துக்கொண்டிருப்பார். அவரைப் போலவே ஆக வேண்டும் என்று விருப்பம் கொண்டிருந்தார்.

நாம் எதைத் தீவிரமாக நம்புகிறோமோ, அதுவாகவே மாறி விடுவோம் என்பது முத்துராமலிங்க தேவர் விஷயத்திலும் நடந்தது. ஒரு நாள், மதுரையில் இருக்கும் ஒரு ஓட்டலுக்குப் போனார்கள் முத்துராமலிங்க தேவரும் குழந்தைசாமி பிள்ளை யும். டிபனுக்கு ஆர்டர் செய்தார்கள். அப்போதுதான் அந்த ஓட்டலுக்கு முதல் முறையாக வருகிறார் தேவர். சுற்றிச் சுற்றிப் பார்த்தார். சுவர்களில் பல படங்கள் தொங்கிக்கொண்டிருந்தன. அத்தனையும் மகான்கள், தெய்வங்களின் படங்கள்.

தேவர் அமர்ந்திருந்த இடத்துக்கு நேர் எதிரே மிகப்பெரிய விவேகானந்தர் படம் தொங்கிக்கொண்டிருந்தது. அதையே வைத்த கண் வாங்காமல் பார்த்தார் தேவர். விவேகானந்தரின் முகத்தையே உற்றுப் பார்த்துக்கொண்டிருந்தார். குழந்தைசாமி

ஏதோ கேட்டார். அது அவர் காதில் விழவே இல்லை. தேவர் பார்த்துக்கொண்டிருக்கும்போதே அது நடந்தது. அது என்ன! இது யார் முகம்? விவேகானந்தரின் முகம் என் முகம் போல் இருக்கிறதே! அல்லது என் முகம்தான் விவேகானந்தரின் முகமா? அந்தப் படத்தைப் பார்க்கும்போது, தன்னையே கண்ணாடியில் பார்ப்பது போல் இருந்தது தேவருக்கு.

அவ்வளவுதான். கண்களில் இருந்து கண்ணீர் வழிய ஆரம்பித்து விட்டது. டிபனைக்கூடச் சாப்பிடாமல் எழுந்து வெளியே போய்விட்டார். பதறிப் போனவராக குழந்தைசாமி பிள்ளை வெளியே வந்தார்.

'தம்பி! என்ன ஆச்சு?'

'ம்.. அது ஒண்ணும் இல்ல பாட்டையா! விவேகானந்தர் படத்தைப் பார்க்கும்போதெல்லாம் நான் உணர்ச்சிவசப்பட்டுடு றேன். என்னை அறியாம கண்ணீர் வந்துடுது.'

★

முதுகுளத்தூர் தாலுக்காவில் இருந்தது சாயல்குடி. அங்கே சேதுராமன் செட்டியார் என்று ஒருவர் இருந்தார். தேசபக்தர். 'சுவாமி விவேகானந்தர் வாசக சாலை' என்ற அமைப்பை நடத்திவந்தார். அங்கே விவேகானந்தரைப் பற்றிய ஏராளமான நூல்கள் இருந்தன. அவரைப் புரிந்துகொள்ளவும், படித்துத் தெரிந்துகொள்ளவும் மக்களுக்கு அந்த வாசக சாலை மிகவும் உதவியாக இருந்தது.

அந்த வாசக சாலையின் முதலாம் ஆண்டுவிழா நடக்க ஏற்பாடாகியிருந்தது. அது 1933ஆம் ஆண்டு, ஜூன் மாதம் 23ஆம் தேதி. குறுகிய காலத்தில் ஆரம்பிக்கப்பட்டு, மிகப் பிரபலமாக ஆகிவிட்ட ஒரு வாசக சாலை அது. அதனால், அந்த மாவட்டத் தில் இருந்த காங்கிரஸ் தலைவர்கள் பலர் அந்த விழாவுக்கு வந்திருந்தனர். அவர்களில் காமராஜரும் ஒருவர்.

விழாவில் சிறப்புரை ஆற்ற மதுரை கிருஷ்ணசாமி பாரதியை ஏற்பாடு செய்திருந்தார்கள். விழா தொடங்குவதற்கான நேரம் ஆகிக்கொண்டிருந்தது. மதுரை கிருஷ்ணசாமி மட்டும் வர வில்லை. என்ன காரணம் என்றும் தெரியவில்லை. சேதுராமன் செட்டியார் என்ன செய்வது என்று தெரியாமல் தவித்துக் கொண்டிருந்தார்.

சிறப்புரை இல்லாவிட்டால் விழா சிறக்குமா? மதுரை கிருஷ்ண சாமி பிரமாதமான பேச்சாளர். அவருடைய உரையைக் கேட்பதற் காக அக்கம்பக்கத்து ஊர்களில் இருந்தெல்லாம் நிறையபேர் வந்திருந்தார்கள். அவருக்கு மாற்றாக இப்போது யார் இருக்கிறார்கள்?

சேதுராமன் செட்டியாரின் அருகே உள்ளூர்க்காரரான ஒரு நண்பர் வந்தார்.

'என்ன செட்டியார்வாள்! விழாவைப் படு பிரமாதமா ஏற்பாடு பண்ணியிருக்கீங்க. ஆனா, முகத்துல வாட்டம் தெரியுதே!'

'அது ஒண்ணும் இல்ல. மதுரை கிருஷ்ணசாமியை இன்னும் காணலை. அதான் ஒரே யோசனையா இருக்கு.'

'என்னது! கிருஷ்ணசாமி வரலியா? பெரிய பெரிய மனுஷாள் எல்லாம் வந்துட்டாங்க. அவர் இன்னும் வரலியா? தகவல் எதுவும் அனுப்பியிருக்காரா?'

'இல்ல. அதான் என்ன செய்யறதுன்னு தெரியல.'

'நேரம் வேற ஆயிட்டே இருக்கு. ஒண்ணு பண்ணுங்க. பக்கத் துல இருக்குற இளந்தைக் குளத்துக்கு தேவர் வந்திருக்கார். அவரைக் கூப்பிட்டுப் பேசச் சொல்லுங்க!'

'தேவரா?'

'ஆமாம் செட்டியார்வாள்! உ. முத்துராமலிங்க தேவர். பசும் பொன்தான் சொந்த ஊர். கேள்விப்பட்டதில்லையா?'

'ஆமா. ஆமா. நான் கேள்விப்பட்டிருக்கேன். அவர் மேடையில நல்லா பேசுவாரா?'

'அது எனக்குத் தெரியாது. ஆனா, எப்பேர்ப்பட்ட பஞ்சாயத்தா இருந்தாலும் தீத்து வச்சுடுவார். யாரும் மறுத்துப் பேச முடியாத அப்படி ஒரு பேச்சு. நாளெல்லாம் அவர் பேசுறதைக் கேட்டுக் கிட்டே இருக்கலாம். இப்போகூட ஒரு பஞ்சாயத்துப் பேசத்தான் இளந்தைக்குளத்துக்கு வந்திருக்கார்.'

விஷயம் கேள்விப்பட்டு, இன்னும் இரண்டு மூன்று பேர் சேதுராமன் செட்டியார் அருகே வந்தார்கள். வந்தவர்களும், தேவரைக் கூப்பிட்டுப் பேச வைக்கலாம் என்று கருத்துச்

சொன்னார்கள். அரை மனத்தோடு தேவரை அழைத்துவர ஆள் அனுப்பினார் சேதுராமன் செட்டியார்.

இளந்தைக்குளத்தில் தேவர் வந்த காரியம் முடிந்துவிட்டிருந்தது. ஆனாலும், அவரைச் சுற்றி அக்கம்பக்கத்து கிராமத்து மக்கள் நின்று பேச்சுக்கொடுத்துக்கொண்டிருந்தார்கள். சேதுராமன் செட்டியார் அனுப்பிய ஆட்கள் தேவரருகே வந்து நின்றார்கள். என்ன என்பதுபோல அவர்களைப் பார்த்தார் தேவர்.

'ஐயா! நாங்க சாயல்குடியில இருந்து வர்றோம்.'

'சாயல்குடியா? அடடே! என்னோட நண்பர் சசிவர்ண தேவர் ஊராச்சே! என்ன விஷயம்?'

விஷயத்தைச் சொன்னார்கள் வந்தவர்கள். 'நீங்கள்தான் விவேகானந்தர் படத்தைத் திறந்து வச்சு, சிறப்புரை ஆற்றணும். உங்க நண்பர் சசிவர்ண தேவரும் விழாவுக்கு வந்திருக்கார்.'

அதற்குப் பிறகு ஒரு கணம்கூடத் தாமதிக்கவில்லை தேவர். இளந்தைக்குளத்தில் இருந்தவர்களிடம் விடைபெற்று, சாயல் குடி வந்தார். திடல் நிரம்பி வழிந்தது. ஒரு பக்கம் கிருஷ்ண சாமியின் பேச்சைக் கேட்க ஆர்வத்தோடு வந்தவர்கள் ஏமாற்றம் அடைந்திருந்தாலும், தேவர் எப்படிப் பேசப் போகிறார் என்கிற எதிர்பார்ப்பும் அவர்களிடம் இருந்தது. அதனாலேயே கலைந்து செல்லாமல் எல்லோரும் காத்திருந்தார்கள்.

தலைவரின் அறிமுகத்துக்குப் பிறகு, முத்துராமலிங்க தேவர் விவேகானந்தர் படத்தைத் திறந்து வைத்தார். மேடையில் ஏறினார். 'விவேகானந்தரது பெருமை' என்ற தலைப்பில் பேச ஆரம்பித்தார்.

ஓர் ஆண் சிங்கம் அதிர அதிர காட்டுக்குள் நடந்து போவது போலிருந்தது அவருடைய பேச்சு. விவேகானந்தர் நிற்கிறார் என்றால் அந்தக் காட்சி, கேட்கிறவர்களின் மனத்துக்குள் விரிந்தது. அவர் முழங்கினால், செவிகளில் வார்த்தை மாறாமல் அப்படியே கேட்டது. நடந்தால், வெகு அருகில் நடப்பது போலவே இருந்தது.

அது சாயல்குடியா, விவேகானந்தர் உரையாற்றிய சிகாகோவா என்பது கேட்பவர்களுக்குப் புரியவில்லை. அப்படி அழுத்தம் திருத்தமாக இருந்தது தேவருடைய பேச்சு. ஆன்மிகமும் அரசியலும் கலந்த பேச்சு.

தேவருடைய முதல் மேடைப் பேச்சு அது. எல்லோருமே, என்ன ஒரு பத்து, பதினைந்து நிமிடம் அவர் பேசுவார் என்று எதிர் பார்த்திருந்தார்கள். கிட்டத்தட்ட இரண்டு மணி நேரங்களுக்கும் மேல் அன்றைக்குப் பேசினார் தேவர்.

விழா முடிந்ததும் சேதுராமன் செட்டியார் தேவர் அருகே வந்தார். அவர் கைகளைப் பிடித்துக்கொண்டார். பிறகு சொன் னார்: 'என் வாழ்க்கையில் இதுபோன்ற ஒரு பேச்சை நான் கேட்டதே இல்லை.'

காமராஜர், தேவரிடம் சொன்னார்: 'இது போன்ற வீரம் மிக்க பிரசங்கம் விடுதலைப் போருக்கு மிகவும் உதவும்.'

இன்னும் எத்தனையோ பேர் வந்து அவருடைய பேச்சைப் பாராட்டினார்கள்.

கண்ணாடியில் பார்ப்பதுபோல, விவேகானந்தர் முகத்தில் தன்னைப் பார்த்த தேவர், ஒரு விஷயத்தில் அவரைப் போலவே இருந்தார். இறுதிவரை திருமணம் செய்துகொள்ளாமல், பிரம்மச்சரியத்தைக் கடைப்பிடித்தார்.

★

விவேகானந்தர் வாசக சாலையில் பேசுவதற்கு ஒரு வருடத்துக்கு முன்பாகவே, தேவர் ராமநாதபுரம் மாவட்டத்தில் மிகப் பிரபல மானவராக ஆக, ஒரு சம்பவம் நடந்திருந்தது.

1932. கள்ளுக் கடைகள் சட்டத்தின் அனுமதியோடு நடைபெற்று வந்த காலம் அது. ஆங்கிலேய அரசு, முழுச் சலுகை வழங்கி யிருந்தது. பகலெல்லாம் வேலை பார்த்துக் களைத்துப் போய் வரும் தொழிலாளி தேசத்தைப் பற்றிச் சிந்தித்துவிடக் கூடாது அல்லவா? அவனை போதையில் வைத்திருந்தால்தானே உலகம் தெரியாது! அதோடு அவனுக்கு எதற்குக் குடும்பம்?

ஒரு பக்கம் இந்தச் சூழ்ச்சி நடந்துகொண்டிருக்க, சம்பாதித்த கூலிப் பணத்தை எல்லாம் கள்ளுக் கடையில் கொண்டுபோய், இரைத்துக்கொண்டிருந்தார்கள் தொழிலாளிகள். மகாத்மா காந்தி, சட்ட மறுப்பு இயக்கம், ஒத்துழையாமை இயக்கம் போன்ற பல இயக்கங்களை நடத்திக்கொண்டிருந்த காலம் அது. சட்ட மறுப்பு இயக்கத்தின் ஒரு பகுதியாகத்தான் கள்ளுக்கடை மறியல் நடந்துகொண்டிருந்தது.

காங்கிரஸ்காரர்கள், கள்ளுக்கடை முன்னால் மறியல் செய்வார்கள். கோஷம் போடுவார்கள். சில சமயங்களில், கள்ளுக்கடை உரிமையாளர்களின் அடியாள்களான குண்டர்களின் தாக்குதலுக்கு இரையாவார்கள்.

அது, தமிழகத்தைப் பொறுத்தவரை மிக மிக அரிதாகத்தான் நடக்கும். பிறகு, போலீஸ்காரர்களால் கைது செய்யப்பட்டுச் சிறைக்குப் போவார்கள். இது நாடெங்கும் நடந்து வந்த ஒரு நிகழ்வு.

இந்த மறியலால், காங்கிரஸ்காரர்கள் செய்த பிரசாரத்தால், கள் எப்படியெல்லாம் ஒரு குடும்பத்தை பாதிக்கிறது என்கிற தாக்கம் கொஞ்சம் கொஞ்சமாக எளியவர்களுக்கும், கள்ளுக்கு இரையான தொழிலாளிகளுக்கும் புரிந்துகொண்டுதான் இருந்தது.

இந்த முறை, கள்ளுக்கடை மறியலுக்கு தேவர் பெரும் ஆதரவு அளித்திருந்தார். அவர் இருந்த மாவட்டத்தில் அந்த இயக்கம் வெகு தீவிரமாக இருந்தது. அதன் காரணமாகவே, போலீஸார், காங்கிரஸ் தொண்டர்களை மிகக் கடுமையாகத் தாக்கினார்கள்.

முதுகுளத்தூர் பகுதியில் கள்ளுக்கடை மறியல் நடந்துகொண்டிருந்தது. அந்தச் சமயத்தில் தேவர், கொடுமலூரில் இருந்தார். அங்கே இருந்த குமரய்யா கோயிலுக்கு வழிபாட்டுக்கு வந்திருந்தார் தேவர்.

கொடுமலூரிலும் கள்ளுக்கடை மறியல் நடந்தது. இந்த முறை, மறியலில் ஈடுபட்ட காங்கிரஸ் தொண்டர்களைக் கண்மூடித்தனமாகத் தாக்கியது காவல்துறை. அதோடு, அவர்களை கௌரவமாகக் காவல் நிலையத்துக்கு அழைத்துப் போகாமல், கால்களில் வைக்கோல் பிரியைக் கட்டி, தரையில் 'தரதர'வென இழுத்துப் போனது.

காயமடைந்த காங்கிரஸ்காரர்களும், காவல் நிலையத்துக்கு அழைத்துப் போகப்பட்ட தொண்டர்களின் உறவினர்களும் தேவரிடம் ஓடி வந்தார்கள். நடந்த கொடுமையைச் சொன்னார்கள். தேவர் கொதித்தெழுந்தார்.

இரண்டுபேரைக் கூப்பிட்டார். சில விஷயங்களைச் சொன்னார். போலீஸிடம் போய் சொல்லச் சொன்னார்.

இருவரும் காவல் நிலையத்துக்குப் போனார்கள். பின்னாலேயே பாதிக்கப்பட்டவர்களும் கும்பலாகப் போனார்கள். இன்ஸ்பெக் டரைப் பார்த்தார்கள்.

'ஐயா! எங்களை முத்துராமலிங்க தேவர் அனுப்பினார். ஒரு விஷயத்தைச் சொல்லச் சொன்னார்.'

'என்ன?'

'கள்ளுக்கடை மறியலில் ஈடுபடும் தொண்டர்களை சட்டப்படிக் கைது செய்யுங்கள்! சிறைக்குக்கூட அனுப்புங்கள். அதை விட்டு விட்டு, கால்களில் வைக்கோல் பிரியைக் கட்டி தரையில் இழுத்துப் போவது, கடுமையாகத் தாக்குவது ஆகியவற்றைச் செய்யாதீர்கள்! அது அக்கிரமம். இதைச் சொல்லச் சொன்னார் தேவர்.'

அந்த இன்ஸ்பெக்டர் முதலில் திகைத்துப் போனாலும் உடனே சுதாரித்துக்கொண்டார். 'அது எவண்டா தேவர்? எனக்கு உத்தரவு போடுறதுக்கு?'

முத்துராமலிங்க தேவரைப் பற்றி இப்படிப் பேசியதும் கூடி யிருந்த மக்களால் பொறுத்துக்கொள்ள முடியவில்லை. வன்முறையில் ஈடுபட்டார்கள். காவலர்களைக் கடுமையாகத் தாக்கினார்கள். அவர்கள் வைத்திருந்த துப்பாக்கிகளைக் கைப்பற்றிக் கொண்டார்கள். போலீஸ்காரர்களை அடித்து விரட்டினார்கள்.

விஷயம் பெரிதானது. இந்த அசம்பாவிதச் சம்பவத்துக்கு தேவருடைய தூண்டுதல்தான் காரணம் என்று நினைத்தது ஆங்கிலேய அரசு. அவரை முதல் எதிரியாக்கி, வழக்கு ஒன்று தொடரப்பட்டது. ஆனால், சாட்சி சொல்ல யாரும் முன்வர வில்லை.

கொடுமலூர் கிராமமுன்சீப்பைப் பிடித்தார்கள் போலீஸ்காரர்கள். போலீஸ் ஸ்டேஷனுக்குக் கொண்டு வந்தார்கள்.

'இந்தா பாரு! தேவர் தூண்டினதுனாலதான் இந்த அசம்பாவிதம் எல்லாம் நடந்துச்சுன்னு கோர்ட்ல வந்து சொல்லணும். புரியுதா?'

ஆனால், அந்த முன்சீப் மறுத்துவிட்டார்.

'என்னை வெட்டிப் போட்டாலும் சரி. தேவர் சொல்லாத எதையும், அவர் சொன்னதா நான் சொல்ல மாட்டேன்.' உறுதி யாகச் சொல்லிவிட்டார் அந்த முன்சீப்.

முன்சீப்பின் குடும்பத்தாரைக் கூண்டோடு காவல் நிலையத் துக்குக் கொண்டு வந்தது போலீஸ். அவர் முன்பாகவே சித்ரவதை கூட நடந்தது. ம்ஹூம். அவர் தன் முடிவில் வெகு உறுதியாக இருந்தார்.

நீதிமன்றத்தில் வழக்குச் செல்லுபடியாகவில்லை. முக்கிய காரணம், பறிபோன துப்பாக்கிகளை போலீஸாரால் கண்டு பிடிக்கவே முடியவில்லை. வழக்கைத் தள்ளுபடி செய்தது நீதிமன்றம்.

5

விரலை வெட்டி எறி!

‘தேவரிடம் இருந்த பேச்சு வன்மை தான் அவருக்குத் துணிவைக் கொடுத்ததா? அல்லது இயற்கை யிலேயே அவரிடம் இருந்த தைரியம் தான் அவருக்கு நாவன்மையைக் கொடுத்ததா? தேவரைப் பொறுத்த வரை இது ஒரு புதிர்தான்.’

– எஸ். எஸ். ராஜேந்திரன் (முன்னாள் எம்.எல்.ஏ.)

குற்றப்பரம்பரைச் சட்டம். (CTA). ஆங்கிலேய ஆதிக்கத்தை எதிர்க்கும் இனக்குழுக்களையும், இவர்கள் நிச்சயம் எதிர்ப்பார் கள் என்று கருதப்படுபவர்களையும் தேடித் தேடிப் பிடித்து, இந்தச் சட்டத்தின் கீழ் கொண்டு வந்தது காவல் துறை. சம்பல் பள்ளத்தாக்கில் ஆங்கிலேய அரசை எதிர்த்தவர்கள். கோதாவரி மலைத் தொடரில் இருந்த ‘குல்மா’ என்ற வீரர்கள். கேரளாவில் பனியன், ஏர்நாடன் பிரிவைச் சேர்ந்தவர்கள். துளுவ நாட்டில் கோரகா குடுபி இனத்தவர்கள். நீலகிரி மலைத் தொடரில் வசித்த தோடர், குறும்பர், காடர் இனத்தவர்கள். ஆந்திராவில் வசித்த வம்பாடி, குறவர் இனத்தவர்கள். மற்றும் பலர்.

இதன் தொடர்ச்சி தென் தமிழகம் வரை நீண்டது. குற்றப் பரம்பரைச் சட்டத்தின் கீழ் வருபவர்கள், பரம்பரை பரம்பரை யாகக் குற்றத் தொழிலில் ஈடுபடுபவர்கள் என்று முத்திரை

குத்தியது ஆங்கிலேய அரசு. அவர்கள், தினமும் பொழுது சாய்ந் ததும் அருகில் இருக்கும் காவல் நிலையத்துக்குப் போக வேண்டும். கையெழுத்துப் போடவேண்டும். இரவு முழுவதும் அங்கேயே, போலீஸ்காரர்களின் கண் பார்வையிலேயே இருக்க வேண்டும். மீறினால் சிறைத் தண்டனை. யாரையும் எந்தக் காரண மும் இல்லாமல் கைது செய்யலாம். சிறையிலும் அடைக்கலாம். நாடு கடத்தலாம்.

1911ஆம் ஆண்டு, இந்தச் சட்டத்தை ஏற்படுத்தியது ஆங்கிலேய அரசு. பிறகு, 1914ஆம் ஆண்டு மற்ற மாகாணங்களுக்கும் விரிவு படுத்தியது. 1915ஆம் ஆண்டு, மதுரை மாவட்டம் பிரமலை நாட்டில் அமலுக்கு வந்தது. இந்தச் சட்டத்தின் பிடியில் சிக்கிய மக்களில் பெரும்பாலானவர்கள், கல்வி கற்காதவர்கள். அவர் களுக்கு கைரேகைதான் போடத் தெரியும். அதன் காரண மாகவே, இந்தச் சட்டம் 'ரேகைச் சட்டம்' என்றும் அழைக்கப் பட்டது.

தாய்க்கு ஒரே மகன். அவள் நோய்வாய்ப்பட்டு மரணப்படுக்கை யில் கிடக்கிறாள். அதைப்பற்றி போலீஸுக்கு அக்கறை இல்லை. அவன், இரவில் காவல் நிலையத்தில் தங்கித்தான் ஆக வேண்டும். அப்போதுதான் திருமணம் முடிந்த புது மாப்பிள்ளை. அன்றைக்குத்தான் முதல் இரவு. அதைப்பற்றி போலீஸுக்குக் கவலை இல்லை. அவனுடைய பொழுது காவல் நிலையத்தில் தான் கழியவேண்டும்.

வியாதியஸ்தனா, அவன் குழந்தைக்கு உடம்பு சரியில்லையா? மனைவிக்குப் பேறுகால சமயமா? எதுவும் பொருட்டில்லை. எல்லோரும் இரவுப் பொழுதில் காவல் நிலையத்தில் இருந்தே ஆகவேண்டும்.

'சாமி! நான் இதுவரைக்கு எந்தத் தப்பும் செஞ்சதில்லை.' என்று அழுது அரற்றுவார் ஒருவர்.

காவல்துறை இப்படி பதில் சொல்லும். 'இனிமே எதுவும் செய்யக்கூடாது பாரு. அதுக்காகத்தான். இப்போ கைரேகையை வச்சுடு. சாயந்தரம் போலீஸ் ஸ்டேஷனுக்கு வந்துடு!'

சில சமயம், தவிர்க்க முடியாத சில காரணங்களால், காவல் நிலையத்துக்குப் போக முடியாவிட்டால் அவ்வளவுதான். அந்த

நபர் ரணவேதனை அனுபவிக்க வேண்டியிருக்கும். அடி, உதை. முதுகின் மேல் பாரம் பாரமாக செங்கற்களை ஏற்றி, நடக்க விடுவார்கள். அல்லது சிறையில் தள்ளுவார்கள்.

அந்தக் காலத்தில், இப்பொழுது போல அதிகமான அளவில் காவல் நிலையங்களும் இல்லை. சில சமயம் பத்து, பதினைந்து மைல்கள் தூரத்துக்கு நடந்துபோக வேண்டியிருந்தது. காவல் நிலையத்தில் தங்கியிருந்துவிட்டு, காலையில் வீடு திரும்ப வேண்டும். திரும்ப மாலையில் காவல் நிலையம். அயர்ந்து போனார்கள் ஜனங்கள். இந்த லட்சணத்தில், பிழைப்பை எப்படி பார்ப்பது?

ராமநாதபுரம் மாவட்டத்திலும் அதன் சுற்றுப்புறப் பகுதிகளிலும் வாழ்ந்து வந்த பிறமலைக் கள்ளர், மறவர், மணிக் குறவர், ஜாட் இன மக்கள் மீது ஆங்கிலேய அரசாங்கம் 'குற்றப் பரம்பரைச் சட்டம்' கொண்டு வந்தது தனிக் கதை.

அலங்காநல்லூர். அங்கே, அந்த ஊருக்கே உரித்தான பெருமை மிகு ஜல்லிக்கட்டு விழா நடைபெறுகிறது. காளைகள் சீறிப் பாய்ந்து வருகின்றன. இளைஞர்கள் தாவி, மாட்டைப் பிடித்து, அதன் கொம்பில் சுற்றப்பட்டிருக்கும் பரிசுத் துணியை லாகவ மாக உருவுகிறார்கள்.

அவன் கள்ளர் சமுதாயத்தைச் சேர்ந்த இளைஞன். பார்த்தாலே சுத்தவீரன் என்று தெரிகிறது. 'துறுதுறு'வென்று இருக்கிறான். ஒரு காளையை அடக்கப் பாயும்போது, எதிர்பாராத கணத்தில், அது கொம்பால் அவன் வயிற்றைக் குத்திக் கிழித்துவிடுகிறது.

அந்த இளைஞன் அசரவில்லை. வெளியே வந்து விழுந்த குடலை வயிற்றுக்குள் தள்ளிப் பிடித்தபடி, கொம்பில் சுற்றி யிருக்கும் பரிசுப் பொருளை உருவி எடுக்கிறான்.

இந்தக் காட்சியைப் புகைப்படம் எடுக்கிறார்கள் ஆங்கிலேயர் கள். லண்டனுக்கு அனுப்புகிறார்கள். 'இவர்கள் எதற்கும் பயப்படாதவர்கள்' என்கிற குறிப்பு வேறு கூடவே போகிறது. அவ்வளவுதான். தென் தமிழகத்தில் 'குற்றப் பரம்பரைச் சட்டம்' அமலுக்கு வருகிறது. இந்தச் சட்டத்தின் கீழ், ஆப்பநாடு எனப்படுகிற ராமநாதபுரம் மாவட்டத்தில் இருக்கும் 2,000 பேர் 'குற்றப் பரம்பரையினர்' என்று முத்திரை குத்தப்பட்டார்கள்.

கொதித்து எழுந்தார் தேவர். குற்றப் பரம்பரைச் சட்டத்தை எதிர்த்து பிரசாரம் செய்தார். ஊர் ஊராக, கிராமம் கிராமமாகப் போனார். போகிற இடங்களில் எல்லாம் மக்கள் அமோகமான வரவேற்புக் கொடுத்தார்கள். அவர் சொல்வதைக் காது கொடுத்துக் கேட்டார்கள். அவருடைய பேச்சில் அப்படியே கட்டுண்டார்கள். அந்தக் கொடுமையான சட்டத்துக்கு எதிராக அத்தனை பேரும் ஒன்று திரள வேண்டிய அவசியத்தை உணர்ந்தார்கள்.

குற்றப் பரம்பரைச் சட்டத்துக்கு எதிராக மனுக்களும், அறிக்கை களும் பறந்தன. ராமநாதபுரத்தில் எங்கு பார்த்தாலும் அதைப் பற்றிய பேச்சாகவே இருந்தது.

'கட்டை விரலை வெட்டிக்கொள்! ரேகை மட்டும் வைக்காதே!' என்று பிரசாரம் செய்தார் தேவர். தேவரின் வீராவேசம் மிக்க பேச்சால், இளைஞர்கள் கவர்ந்திழுக்கப்பட்டார்கள்.

'என்ன ஆனாலும் சரி. கை ரேகை வைக்க மாட்டோம். வேண்டு மானால், கொடுங்கோல் சட்டத்தைப் பயன்படுத்தி எங்களை ஜெயிலில் போடுங்கள்!' என்று கிளர்ச்சி செய்தார்கள்.

அது சென்னை மாகாணத்தில் இருக்கும் தலைமை போலீஸ் அலுவலகம் வரை கேட்டது. போலீஸ் விழித்துக்கொண்டது. தேவரை அழைத்து விசாரிக்கச் சொல்லி, சிவகாசி சரக காவல் நிலையத்துக்குத் தகவல் பறந்தது. சிவகாசி காவல் நிலையத் துக்கு தேவர் அழைக்கப்பட்டார். போலீஸ் எதிர்பார்த்ததற்கு மாறாகத் தனியாக வந்தார் தேவர். மாவட்ட டி.எஸ்.பி. தேவரை விசாரித்தார்.

'ஐயா! இது உங்களை பாதிக்காத ஒரு பிரச்னை. வீணாக எதற்கு இதில் தலையிடுகிறீர்கள்? ஆட்களைத் திரட்டிக் கூட்டம் போடுகிறீர்கள்? விட்டுவிடுங்கள்!' என்று அறிவுறுத்தினார் டி.எஸ்.பி.

'ஐயா! உங்கள் தாய்க்கோ, தந்தைக்கோ, மனைவிக்கோ ஏதாவது பிரச்னை என்றால் அது உங்களையும் பாதிக்கத்தானே செய்யும்? அது போலத்தான் இதுவும். எனக்கு தாய், தந்தை, மனைவி, மக்கள் எல்லாமே இந்த மக்கள்தான். இவர்களுக்கு ஒரு பிரச்னை என்றால், அது எனக்கும் வந்தது போலத்தான்.

‘எந்தச் சாதியில்தான் குற்றம் செய்பவர்கள் இல்லை? என் இன மக்களிலும் குற்றம் செய்பவர்கள் இருக்கலாம். அவர்களைப் பொதுவான சட்டத்தின் அடிப்படையில் கைது செய்யுங்கள், விசாரித்து தண்டனை வழங்குங்கள். அதைவிட்டுவிட்டு, ஒட்டுமொத்தமாக எல்லோரையும் ‘குற்றப்பரம்பரை’ என்று சொல்லி, ரேகை வாங்குவது எந்த விதத்தில் நியாயம்?

‘என் இன மக்களையும், பிறமலைக் கள்ளர்களையும், ஆப்ப நாட்டில் இருக்கும் மக்களையும் ஒன்றிணைத்து ஒரு மாநாடு நடத்தப் போகிறேன், இந்தச் சட்டத்தின் தீமைகளைத் தெளிவுபட மக்களுக்குப் புரிய வைப்பதற்காக. மாநாடு முடிந்ததும், கவர்னர் முதலான பெரியவர்களை சந்தித்து, இந்தச் சட்டத்தை அகற்றுவது குறித்துப் பேசப் போகிறேன். அந்த மாநாட்டில் நீங்களும் கலந்துகொள்ளவேண்டும்.’

அந்த டி.எஸ்.பி. ஆச்சரியத்தோடு தேவரைப் பார்த்தார். அதற்குள், தேவரைத் தனியாக போலீஸ் விசாரிப்பது வெளியே பரவியிருந்தது. ஆயிரக்கணக்கான மக்கள் போலீஸ் ஸ்டேஷனை முற்றுகை இட்டார்கள். எந்த நேரத்திலும் எதுவும் நடக்கலாம் என்பது போன்ற பதட்ட சூழ்நிலை.

நிலைமையைப் புரிந்துகொண்டார் டி.எஸ்.பி. விசாரணை செய்ததோடு நிறுத்திக்கொண்டு, தேவரை வெளியே அனுப்பினார். போலீஸ் ஸ்டேஷனை விட்டு தேவர் வெளியே வந்ததும் கூடியிருந்த மக்கள் மகிழ்ச்சி ஆரவாரம் செய்தார்கள்.

அடுத்த நடவடிக்கையில் இறங்கினார் தேவர். ஆப்ப நாட்டு மறவர் மாநாட்டை நடத்தத் திட்டமிட்டார். 1934ஆம் ஆண்டு, பசும்பொன்னுக்கு அருகில் உள்ள அபிராமம் என்னும் ஊரில், மே 12, 13 ஆகிய தேதிகளில் மாநாடு நடத்த முடிவு செய்தார்.

தேவர் நினைத்தபடியே மாநாடு களைகட்டியது. ஆயிரக்கணக்கான மக்கள் கூடினார்கள். மாநாட்டுக்கு பி. வரதராஜுலு நாயுடு தலைமை தாங்கினார். வரவேற்புக் குழுத் தலைவராக முத்துராமலிங்க தேவர். மேடையில் சசிவர்ண தேவர், பிள்ளையார் குளம் பெருமாள் தேவர், நவநீதகிருஷ்ண தேவர் ஆகியோர் மேடையில் அமர்ந்திருந்தார்கள். தலைவர் வரதராஜுலு நாயுடுவை அலங்கரிக்கப்பட்ட ஒரு ரதத்தில் ஊர்வலமாக அழைத்துப் போய் மாநாட்டுப் பந்தலில் சேர்த்தார்கள்.

மாநாட்டில், குற்றப் பரம்பரைச் சட்டத்துக்கு எதிராகக் கண்டனத் தீர்மானம் நிறைவேற்றப்பட்டது. வரதராஜுலு நாயுடு, தேவர், சசிவர்ண தேவர், பிள்ளையார்குளம் பெருமாள் தேவர், நவநீதகிருஷ்ண தேவர் ஆகிய ஐந்து பேரைக்கொண்ட குழு, சட்டத்தை ரத்து செய்ய கவர்னரைப் பார்த்துக் கோரிக்கை வைப்பது என்றும் தீர்மானம் போடப்பட்டது.

அதன்படி, ஐவர் குழு அப்போதைய சென்னை மாகாண கவர்னராக இருந்த சர். முகமது உஸ்மானை சந்தித்தது. 'ரேகைச் சட்டத்தை ரத்து செய்யவேண்டும்' என்கிற மனுவைக் கொடுத்தது. அந்தச் சட்டம் எப்படியெல்லாம் எளிய மக்களை பாதிக்கிறது என்பதை விளக்கமாக கவர்னரிடம் சொன்னார் தேவர்.

'உங்கள் உணர்வுகள் எனக்குப் புரிகிறது. இந்தச் சட்டம் என்னால் போடப்பட்டது அல்ல. டெல்லியில் இருக்கும் கவர்னர் ஜெனரல் அவர்களால் போடப்பட்டது. இதை என்னால் ரத்து செய்ய முடியாது. ஆனால், இந்தச் சட்டத்தால், நீங்கள் எப்படியெல்லாம் மன உளைச்சலுக்கு ஆளாகிறீர்கள், துன்பப்படுகிறீர்கள் என்பதை விளக்கி மத்திய அரசுக்குத் தகவல் தெரிவிக்கிறேன்.'

மிகவும் தன்மையாகப் பேசி, அவர்களை வழியனுப்பி வைத்தார் கவர்னர் முகமது உஸ்மான். சொன்னபடியே செய்தார். ஆப்ப நாட்டு மக்களின் குரல், டில்லி வரை எதிரொலித்தது. அதற்குப் பலனும் கிடைத்தது.

குற்றப் பரம்பரைச் சட்டத்தால் பாதிக்கப்பட்ட, ராமநாதபுர மக்களின் எண்ணிக்கை இரண்டாயிரத்தில் இருந்து ஆயிரமாகக் குறைந்தது. பிறகு, 341 ஆனது. பிறகு அதுவும் இல்லாமல் ஆனது.

★

ராமநாதபுரம் மாவட்டத்தில் கைரேகைச் சட்டம் ஒழிந்து விட்டாலும் பிரமலைக் கள்ளர்கள் வசிக்கும் பகுதியில் அமலில் இருந்தது. தமிழ்நாட்டில் முதன் முதலில், 1915ஆம் ஆண்டு இங்குதான் இந்தச் சட்டம் அமலுக்கு வந்தது. கீழக்குடி என்கிற கிராமத்தில் அதற்கான அரங்கேற்றம் நடந்தது. அந்த கிராமத்தில் இருந்த வயது வந்த ஆண்கள் அத்தனைபேரும், 'கேடிகள்' என்று முத்திரை குத்தப்பட்டுப் பதிவு செய்யப்பட்டார்கள்.

1915ஆம் ஆண்டு செப்டெம்பர் 16ஆம் தேதி. உரப்பனூர், பூசலப் புரம், சொரிக்கான்பட்டி ஆகிய கிராமங்களிலும் ஆண்களை

இப்படிப் பட்டியல் போட்டு, 'கேடி' முத்திரை குத்தியது காவல் துறை. 11.1.1920 வரை, 1772 பேர்கள் குற்றப் பரம்பரைச் சட்டத்தின் கீழ் பதிவு செய்யப்பட்டிருந்தார்கள்.

2.4.1920 அன்று உசிலம்பட்டிக்கு வந்து இறங்கியது போலீஸ் படை. 3.4.1920 அன்று பெருங்காமநல்லூர். மக்கள் போலீஸை எதிர்த்துக் கிளர்ச்சி செய்தார்கள். அதை அடக்க போலீஸ் துப்பாக்கிச் சூடு நடத்தியது. 17 பேர் இறந்து போனார்கள். 68 பேர் மீது வழக்குப் போடப்பட்டு, 38 பேர் தண்டிக்கப்பட்டார்கள்.

இந்தச் சம்பவம் நடந்தபோது, தேவர் பசுமலையில் படித்துக் கொண்டிருந்தார். இருந்தாலும், அது ஆறாத வடுவாக அவர் மனத்தில் தங்கியிருந்தது. இப்போது பிரமலைக் கள்ளர் நாட்டில் இந்தச் சட்டத்தை ஒழிக்க வேளை வந்துவிட்டது என்று நினைத்தார் தேவர்.

பிரமலை நாட்டுக்குப் போனார். கிராமம் கிராமமாகப் பிரசாரம் செய்தார். அவர் போன இடத்திலெல்லாம் மக்கள் பெருங்கூட்டமாகத் திரண்டார்கள். அவர் பேச்சைக் கேட்டு, குற்றப் பரம்பரைச் சட்டத்துக்கு எதிராக வீறுகொண்டு எழுந்தார்கள். ஒரு பக்கம் தீவிரமாக, இந்தச் சட்டத்துக்கு எதிராகப் போராடிக்கொண்டே அரசியல் நிகழ்வுகளிலும் பங்கெடுத்துக்கொண்டிருந்தார் தேவர்.

1935ஆம் ஆண்டு, ஆங்கிலேய அரசு, இறங்கி வருவது போல் நடித்தது. 'மாகாணங்களுக்கு சுயாட்சி' என்று சட்டம் கொண்டு வந்தது. அது உண்மையில் சுயாட்சி இல்லை. மாகாணங்களின் குடுமி, மத்திய ஆங்கிலேய அரசிடம்தான் இருந்தது. அந்தச் சட்டம் வரும்வரை காங்கிரஸ், அதிகாரத்திலோ, சட்ட சபையிலோ இடம் பெறாமல், வெளியில் இருந்து போராடி வந்தது. தற்போது அந்தக் கொள்கையைச் சற்றே தளர்த்திக்கொள்ள முடிவு செய்தது. அதாவது, தேர்தலில் நின்று, வெற்றி பெற்று, சட்டசபைக்குள் புகுந்து, ஆங்கில அரசை எதிர்ப்பது.

அதுவரை சட்டசபையில் இருந்து வந்த ஒரே கட்சி ஜஸ்டிஸ் கட்சிதான். அந்தக் கட்சியில் குறுநில மன்னர்களும், ஜமீன்தாரர்களும், படித்த பட்டதாரிகளும் பெரும் அளவில் இருந்தார்கள். பெரும்பாலானோர் செல்வாக்குப் படைத்தவர்கள். ஆனாலும் அவர்களை எதிர்த்து நிற்க காங்கிரஸ் முடிவு செய்தது.

காங்கிரஸ், இந்தியாவில் உள்ள அனைத்து மாகாணங்களிலும் வேட்பாளர்களை நிறுத்த ஆட்களைத் தேர்ந்தெடுத்தது. சென்னை மாகாணத்திலும் பொருத்தமான வேட்பாளர்களைத் தேடிக்கொண்டிருந்தது.

★

*1935*ஆம் ஆண்டு கோவையில், ராஜாஜி தலைமையில் நடந்த தமிழ்நாடு காங்கிரஸ் அரசியல் மாநாட்டில் தேவர் பிரதிநிதியாகக் கலந்துகொண்டார். பிறகு, 1936ஆம் ஆண்டு பர்மாவுக்குப் பயணம் செய்தார். தேவருடைய செல்வாக்கு பர்மா வரை பரவியிருந்தது. அங்கு வாழ்ந்து வந்த தமிழர்கள், அவர் பெயரில் பள்ளிகளை நடத்தி வந்தார்கள். திரும்பத் திரும்ப அவர்கள் அழைத்ததன் பேரில் பர்மாவுக்குப் போனார் தேவர்.

கப்பலில் பயணம் செய்து, ரங்கூனில் போய் இறங்கினார். அவர் கலந்துகொள்ள வேண்டிய நிகழ்ச்சிகள் ஏற்கெனவே அங்கிருந்த தமிழர்களால் திட்டமிடப்பட்டிருந்தது.

அன்றைய பர்மியர்களின் தலைவரான 'பாமோ' மாலை அணிவித்து, தேவரை வரவேற்றார். தேவருக்கு சிறப்பான வரவேற்பு வழங்கப்பட்டது. பல நிகழ்ச்சிகளில் கலந்துகொண்டு அவர் உரையாற்றினார். அவர் பேசிய உரை அங்கிருந்தவர்களுக்கு புதிதாக இருந்தது. சமூகம், பொருளாதாரம், அரசியல், ஆன்மிகம் எதுவாக இருந்தாலும் புதிய கோணத்தில் அணுகினார்.

அந்தச் சமயத்தில் தேவர் எந்தப் பதவியும் வகிக்கவில்லை. அவரிடம் எந்தப் பட்டமும் இல்லை. ஆனாலும், அவருக்குக் கிடைத்த வரவேற்பு பர்மிய மக்களை மலைக்க வைத்தது. தேவருக்கு நடந்த மிகப் பெரிய வரவேற்பு நிகழ்ச்சியில், பர்மாவின் குடியரசுத் தலைவர் பாமோ, 'இந்து சமய புத்த மேதை' என்ற பட்டத்தை வழங்கினார்.

கூட்டத்தில் தேவரைக் கொடியேற்றச் சொன்னார்கள். கொடியேற்றும்போது தேவர் கலங்கிப் போயிருந்தார்.

'ஏன் கலக்கத்தோடு காணப்படுகிறீர்கள்?' என்று தேவரைத் தனியாக அழைத்து விசாரித்தார் தேவர்.

'இன்று ஓர் அடிமை இந்தியனாகக் கொடியேற்றுகிறேன். சுதந்தர இந்தியாவில், சுதந்தர இந்தியனாகக் கொடி ஏற்றும் காலம் எப்போது வருமோ என்று நினைத்தேன். கலங்கிவிட்டேன்.'

பாமோ அதைக் கேட்டு அப்படியே தேவரைத் தழுவிக் கொண்டார்.

'நீங்கள் இந்திய விடுதலையின் தீவிர வாரிசு.'

இரண்டு மாத சுற்றுப் பயணத்துக்குப் பின் பர்மாவில் இருந்து இந்தியா திரும்பினார் தேவர்.

★

1936ஆம் ஆண்டு, ஆங்கிலேய அரசு சென்னை மாகாணம் முழுக்க ஜில்லா போர்டு தேர்தலை நடத்த அறிவிப்புச் செய்தது. இந்தத் தேர்தலில் காங்கிரஸ் எல்லா இடங்களிலும் வலுவான இடத்தைப் பெற்றது. முதுகுளத்தூர் பகுதியில் காங்கிரஸ் சார்பாக தேவர் போட்டியிட்டார். அதுதான் தேவர் வேட்பாளராக நின்ற முதல் தேர்தல்.

தேவர், தான் நிற்கிற தொகுதியைப் பற்றிக் கொஞ்சமும் கவலைப் படாமல் காங்கிரஸ் வெற்றிக்காக உழைத்தார். ராமநாதபுரம் முழுக்க சுற்றுப் பயணம் செய்து, தீவிரமாகப் பிரசாரம் செய்தார். காங்கிரஸுக்குப் பெரும் வெற்றியைத் தேடித் தந்தார். அவர் நின்ற முதுகுளத்தூர் பகுதியிலும் பெரும் வெற்றி பெற்றார்.

ராமநாதபுரம் பகுதியில் காங்கிரஸ் கட்சிக்குக் கிடைத்த வெற்றியில் மகிழ்ந்து போன தலைவர் சத்தியமூர்த்தி இப்படிச் சொன்னார்: 'இம்மாபெரும் வெற்றிக்கு தேவரின் துடிப்புமிகு பிரசாரமும் அவருடைய அபரிமிதமான மக்கள் செல்வாக்கும் தான் காரணம். அவரை காங்கிரஸ் கட்சி என்றைக்கும் மறவாது.'

ஜில்லா போர்டு தேர்தல் முடிவுகள் வெளியான பிறகு, தலைவரைத் தேர்ந்தெடுக்கும் பணி ஆரம்பமானது. பெரும்பாலான உறுப்பினர்கள் தேவர்தான் ஜில்லா போர்டு தலைவராக ஆகவேண்டும் என்று விரும்பினார்கள். ஆனால், காங்கிரஸின் முடிவோ வேறு மாதிரியாக இருந்தது.

காங்கிரஸ் மேலிடத்தால் அனுப்பி வைக்கப்பட்ட சுப்பராயன், 'காங்கிரஸ் முடிவுப்படி ராஜபாளையத்தைச் சேர்ந்த பி.எஸ். குமாரசாமி ராஜாவைத்தான் தலைவராகத் தேர்ந்தெடுக்க வேண்டும்' என்றார்.

உண்மையில், தேவருக்கு எந்தப் பதவி மேலும் ஆசையில்லை. அதோடு, கட்சிக்குக் கட்டுப்படவேண்டும். அது போடுகிற

கட்டுப்பாட்டை மதிக்கவேண்டும். டாக்டர் சுப்பராயன் கூறி யதை அப்படியே ஏற்றுக்கொண்டார் தேவர். அவரே, குமாரசாமி ராஜாவின் பெயரை தலைவர் பதவிக்கு முன் மொழிந்தார்.

அதற்குப் பிறகு, மறுபடியும் பிரமலைக் கள்ளர்களுக்காக, குற்றப் பரம்பரைச் சட்டத்தை எதிர்த்து ஊர் ஊராகப் பிரசாரம் செய்யக் கிளம்பினார். தேவருடைய அசுர வளர்ச்சியையும் தீவிர பிரசாரத்தையும் பார்த்து அசந்துபோனது ஆங்கிலேய அரசு. அவரை எப்படியாவது கட்டுப்படுத்தவேண்டும் என்று நினைத்தது. அவருக்காகவே ஒரு சட்டத்தையும் போட்டது. 'தேவர் அரசியல் பேசக்கூடாது. மீறிப் பேசினால், பேசிய இடத்திலேயே கைது செய்யப்பட்டு சிறையில் அடைக்கப் படுவார்.' இருவருக்கு மட்டுமே ஆங்கிலேய அரசு இந்த வாய்ப்பூட்டுச் சட்டத்தைப் போட்டிருந்தது. ஒருவர், பால கங்காதர திலகர். இன்னொருவர், தேவர்.

1937ஆம் ஆண்டு சட்டமன்ற தேர்தலில் நாடு முழுக்க வேட்பாளர் களை நிறுத்தியது காங்கிரஸ். அப்போது ஆட்சியில் இருந்தது ஜஸ்டிஸ் கட்சி. அதை எதிர்க்க வலுவான வேட்பாளர்களைக் களத்தில் இறக்கத் தயாராகிக்கொண்டிருந்தது.

இன்று போல் அப்போது, பதினெட்டு வயது நிரம்பியவர்கள் எல்லோரும் ஓட்டுப் போட்டுவிட முடியாது. நிலப் பட்டா வைத்திருப்பவர்கள், அரசாங்கத்துக்கு வரி செலுத்துபவர்கள் மட்டும்தான் ஓட்டுப்போட முடியும். அதாவது மிராசுதாரர் களும், பணக்காரர்களும், ஜமீன்தாரர்களும் மட்டும்தான் ஓட்டுப் போட முடியும்.

அந்தக் காலத்தில் ராமநாதபுரம் தொகுதியில், பரமக்குடி, முதுகுளத்தூர் தாலுகாக்களும் அடங்கியிருந்தன. அந்தத் தொகுதி, நீதிக் கட்சியின் சார்பில், ராமநாதபுரம் மகாராஜா சண்முக ராஜேஸ்வர சேதுபதி போட்டியிட்டார்.

ராமநாதபுரத்தைப் பொருத்தவரை, மக்களுக்கு அரசர்தான் கடவுள். அவர் சொல்வதுதான் வேத வாக்கு. கூடவே செல்வம் படைத்தவர்கள்தான் ஓட்டுப் போடப் போகிறார்கள். சமஸ் தானத்துக்குக் கட்டுப்பட்டு, வரி செலுத்தும் நிலப்பட்டா தாரர்கள், சமஸ்தானத்தை எதிர்த்து ஓட்டுப் போடுவார்களா? நிலப்பட்டாவை வழங்கியதே சமஸ்தானம்தானே! எனவே,

அவர்தான் வெற்றிபெறப் போகிறார் என்று எல்லோருமே நினைத்தார்கள்.

காங்கிரஸ் மேலிடம் ராமநாதபுரத்தில் யாரை நிறுத்துவது என்று தீவிரமாக ஆலோசனை நடத்தியது. காங்கிரஸின் மூத்த தலைவர்களான ராஜாஜியும் சத்தியமூர்த்தியும் ராமநாதபுரத்தில் வேட்பாளராக நிற்க தேவர்தான் பொருத்தமானவர் என்று தீர்மானித்தார்கள். அதை மேலிடத்துக்குத் தெரிவிக்கவும் செய்தார்கள்.

அன்றைக்கு, அகில இந்திய காங்கிரஸ் பார்லிமெண்டரி போர்டு செயலாளராக இருந்தவர் சர்தார் வல்லபபாய் பட்டேல். அவர், சீனிவாச அய்யங்காரிடம் தொலைபேசியில் பேசினார். அவரிடம் பேசிய பிறகு, ராமநாதபுரத்துக்குப் பொருத்தமான காங்கிரஸ் வேட்பாளர் தேவர்தான் என்று புரிந்துகொண்டார் படேல்.

அந்தக் காலக்கட்டத்தில், காங்கிரஸ் வேட்பாளராகப் போட்டியிட விரும்புகிறவர்கள், அட்ஹாக் காங்கிரஸ் கமிட்டிக்கு விண்ணப்பத்தையும், வேட்புமனுக்கான தொகையையும் அனுப்பி வைக்கவேண்டும். தங்களை வேட்பாளராகத் தேர்வு செய்யும்படி மனுக் கொடுக்க வேண்டும். ஆனால், தேவர் விஷயத்தில் இது எதுவும் நடக்கவில்லை. உண்மையில், தான் ஒரு வேட்பாளர் என்று அவர் நினைக்கவே இல்லை.

காங்கிரஸ் மேலிடத்திலிருந்து தேவருக்கு தந்தி பறந்தது. கூடவே 250 ரூபாய் மணிஆர்டரில் வந்திருந்தது. 'ராமநாதபுரம் ராஜாவைத் தோற்கடிக்க நீங்கள் ஒருவர்தான் சரியான வேட்பாளர் என்று அகில இந்திய காங்கிரஸ் பார்லிமெண்டரி போர்டு கருதுகிறது. எனவே, உடனே நாமினேஷனை தாக்கல் செய்யுங்கள். நாமினேஷன் கட்டுவதற்கான பணத்தையும் இத்துடன் அனுப்பியிருக்கிறேன்.' இப்படி தந்தி கொடுத்திருந்தார் சர்தார் வல்லபபாய் பட்டேல்.

அப்போது மதுரையில் இருந்தார் தேவர். தந்தி காலையில் வந்திருந்தது. அன்றுதான் வேட்புமனுத் தாக்கல் செய்யக் கடைசி நாள். மாலைக்குள் ராமநாதபுரத்துக்குப் போய் வேட்புமனுவைத் தாக்கல் செய்யவேண்டும். என்ன செய்வது?

காரில் போனால்தான் சாத்தியம். ஒரு காரில் போய், வழியில் ஏதாவது பிரச்னை ஆகிவிட்டால் என்ன செய்வது? எனவே, இரண்டு கார்களை எடுத்துக்கொண்டு ராமநாதபுரத்துக்குப் பறந்தார் முத்துராமலிங்க தேவர்.

தேவருக்கு அந்தக் காலக்கட்டத்தில், காங்கிரஸ் கட்சி மேல் அபரிமிதமான மரியாதை இருந்தது. கட்சிக் கொள்கைக்கும் கட்டுப்பாட்டுக்கும் என்றைக்கும் ஒத்துப் போகவேண்டும் என்று நினைத்தார். அதனால்தான் புயல்வேகத்தில் ராமநாதபுரத்துக்குக் கிளம்பிப் போனார்.

ஒருவேளை, அன்று மாலைக்குள் வேட்பு மனுவைத் தாக்கல் செய்ய முடியவில்லை என்றால், 'ராஜா சேதுபதிக்கு எதிராகப் போட்டியிட தேவர் மறுத்துவிட்டார்' என்கிற தீராத பழி வந்து சேர்ந்துவிடுமே என்று கருதினார்.

தேவர் ராமநாதபுரம் கலெக்டர் அலுவலகம் வந்தபோது, வேட்பு மனுத் தாக்கல் செய்ய முப்பது நிமிடங்கள்தான் இருந்தன. அதுவரை, ராஜா சேதுபதியை எதிர்த்து யாரும் நாமினேஷன் தாக்கல் செய்ய வராததால், அவர் போட்டியின்றி தேர்ந்தெடுக்கப் பட வாய்ப்பு வந்துவிட்டது என்று நினைத்தார்கள் ஜஸ்டிஸ் கட்சிக்காரர்கள்.

அந்தச் சமயத்தில், உக்கிரபாண்டிய தேவர் ராஜாவுக்கு ஆதரவாக இருந்தார். அவரும் வேறு சிலரும் ராஜா சேதுபதியின் வெற்றியைக் கொண்டாடும்விதமாக, வெள்ளிக் கும்பாவில் வருகிற, போகிறவர்களுக்கெல்லாம் சந்தனம் கொடுத்துக் கொண்டிருந்தார்கள்.

தேவர், வேட்புமனுத் தாக்கல் செய்ய வந்திருப்பதைப் பார்த் ததும் உக்கிரபாண்டிய தேவருக்குக் கோபம் தலைக்கேறியது. முறைத்துப் பார்த்தார். அதைக் கண்டுகொள்ளாமல், கலெக் டரிடம் வேட்பு மனுவைத் தாக்கல் செய்துவிட்டு, வெளியேறி னார் தேவர்.

அன்றையச் சூழலில், சேதுபதி மன்னரை எதிர்த்துப் போட்டி யிடுவது என்பது யாராலும் நினைத்துக்கூடப் பார்க்க முடியாத விஷயம். வடக்கிலிருந்து, ராமேஸ்வரம் வந்துபோகிறவர்கள் எல்லாம், சேதுபதி அரண்மனைக்குப் போய், அரசரின் பாதம் தொட்டு வணங்கிப் போவது அப்போது வழக்கத்திலிருந்தது. அப்போதுதான் ராமேஸ்வரம் யாத்திரை பூர்த்தியாகும் என்பது அவர்கள் நம்பிக்கை. அப்படிப்பட்ட அரசரை எதிர்த்து, ஓர் இளைஞர் போட்டியிடுவதா என்று அனைவரும் ஆச்சரியத்துடன் அவரைப் பார்த்தனர்.

அந்த நாள்களில், கட்சி வேட்பாளர்களுக்கு சின்னங்கள் ஒதுக்கு கிற வழக்கம் இல்லை. ஒவ்வொரு கட்சிக்கும் மஞ்சள், சிவப்பு, பச்சை என்று வண்ணப் பெட்டிகளை ஒதுக்குவார்கள். அந்த அடிப்படையில் காங்கிரஸ் கட்சிக்கு மஞ்சள் பெட்டியும், நீதிக்கட்சிக்கு சிவப்புப் பெட்டியும் ஒதுக்கப்பட்டது.

ஆங்கிலேய அரசு, தேவருக்கு 'வாய்ப்பூட்டுச் சட்டம்' போட்டிருந்த சமயம் அது. அவருக்கான மேடை இருந்தாலும் அவரால் பிரசாரம் செய்ய முடியாது. ஒரு வார்த்தைகூட அரசியல் பேச முடியாது. இத்தனைக்கும், மணிக்கணக்காக நாட்டு நடப்பையெல்லாம் வெகு அழகாக, பாமரர்களும் புரிந்து கொள்ளும்படிப் பேசும் ஆற்றல் படைத்தவர் தேவர். ஆனால், வேறு வழியில்லை. தேவர் மேடைக்கு வருவார். மௌனமாக உட்கார்ந்திருப்பார். கைகூப்புவார். போய்விடுவார். அவ்வளவு தான்.

தேர்தல் நடந்தது மழைக்காலத்தில். இப்போது இருப்பது போல வாகன வசதிகள் இல்லாத காலம். ஒவ்வொரு ஊருக்கும் குதிரையில் போனார். பத்து மைலுக்கு ஒரு குதிரை என்று மாற்றி மாற்றிச் சவாரி செய்து பிரசாரம் செய்தார். அதே சமயம், தேவருடைய தந்தை உக்கிரபாண்டிய தேவர், சேதுபதி அரசருக்காக ஊர் ஊராகப் பிரசாரம் செய்துகொண்டிருந்தார். அதுவும் எப்படி? 'என் மகன் நமது ஜாதித் தலைவர் சேதுபதியை எதிர்க்கிறான். அவனுக்கு ஓட்டுப் போடாதீர்கள். மகாராஜா வுக்கு வாக்களித்து ஜாதிப் பெருமையைக் காப்பாற்றுங்கள்!'

அந்தத் தேர்தலில் தேவர், ராமநாதபுரம் மகாராஜாவுக்கும், தன் தந்தைக்கும் அதிர்ச்சி வைத்தியம் கொடுத்தார். மஞ்சள் பெட்டி யில் அதிக ஓட்டுகள் வாங்கி, அமோகமாக வெற்றிபெற்றார்.

6

ஜல்லிக்கட்டு பார்க்க வந்த கவர்னர்

> ‘தேவர் சமூகத்தினர் இந்தியாவின் வேறு எந்தச் சமூகத்துக்கும் வீரத்தில் சளைத்தவர்கள் அல்லர் என்பதை மெய்ப்பித்தவர் பசும்பொன் தேவர்.’
>
> **– கவியோகி சுத்தானந்த பாரதியார்**

அன்றைய ஆங்கிலேய அரசின் சட்டப்படி சொத்துவரி கட்டுபவர்கள்தான் ஓட்டுப் போட முடியும். காமராஜர் பெயரில் சொத்து எதுவும் இல்லை. இருந்த ஒரே வீடுகூட, அவருடைய தாயாரின் பேரில் இருந்தது.

தேவர், நேராக காமராஜரின் தாய் சிவகாமி அம்மையாரிடம் போனார். விஷயத்தைச் சொன்னார். வீட்டை, காமராஜர் பெயருக்கு எழுதித் தரும்படிக் கேட்டுக் கொண்டார்.

‘என்னிடம் வேறு சொத்துபத்தில்லை. வீட்டில் ஒரு பெண் பிள்ளை இருக்கிறது. அதற்குத் திருமணம் செய்துகொடுக்க வேண்டும். எனக்கு என் பையன் பேரில் வீட்டை மாற்றிக் கொடுக்க முடியாது’ என்று மறுத்துவிட்டார் சிவகாமி அம்மையார்.

தேவர் யோசித்தார். ஒரு வெள்ளாட்டை விலைக்கு வாங்கினார். அதை காமராஜரிடம் கொடுத்தார். நகராட்சியில் வெள்ளாட்டின்

பெயரில் அதற்கான வரியைச் செலுத்தி, ரசீதை காமராஜரிடம் கொடுத்தார். காமராஜர் ஓட்டுப் போடும் உரிமையைப் பெற்றார்.

தேவர் உரையாற்றும்போது பதிவு செய்த தகவல் இது. 1957ஆம் ஆண்டு நடந்த சட்டமன்ற தேர்தலில் காஞ்சிபுரத்தில் தேவர் கட்சி சார்பாக நின்றவர் வேட்பாளர் என்.ஜி. சக்கரவர்த்தி. அவரை ஆதரித்துப் பேசிய பொதுக்கூட்டத்தில் வைத்து இந்தத் தகவலைச் சொன்னார் தேவர்.

1937 தேர்தலில் காமராஜரை விருதுநகரை உள்ளடக்கிய சாத்தூர் தொகுதியில் வேட்பாளராக நிறுத்த காங்கிரஸ் மேலிடம் முடிவு செய்தது. நீதிக்கட்சி சார்பாக வி.வி. ராமசாமி நாடார் நிறுத்தப் பட்டிருந்தார். அவர் பெரும் பணக்காரர். காமராஜரோ எளிய குடும்பத்தில் பிறந்தவர். காமராஜரை தேர்தலில் இருந்து விலக வைப்பதற்காக என்னென்னவோ முயற்சிகளை மேற்கொண்டார் கள் எதிரிகள். பிரசாரத்துக்கு அவர் போகும் இடங்களிலெல்லாம் தொல்லை கொடுத்தார்கள்.

விருதுநகர் அருகே இருந்த ஒரு கிராமத்துக்கு காமராஜர் போன போது, அவரைத் தாக்கிக் காயப்படுத்தினார்கள். அவருடைய உடையைப் பிடுங்கிக்கொண்டார்கள். களத்தில் இறங்கினார் தேவர்.

வி.வி. ராமசாமி நாடாரிடம் சமரசம் பேசினார். அவரும் தேவர் சொன்னதைக் கேட்டு, போட்டியிலிருந்து விலகிக்கொண்டார். அந்தத் தேர்தலில் காமராஜர் போட்டியின்றித் தேர்ந்தெடுக்கப் பட்டார்.

★

வெகு மும்முரமாக பிரமலைக் கள்ளர்கள் பகுதியில் ரேகைச் சட்டத்தை எதிர்த்துப் போராடிக் கொண்டிருந்தார் தேவர். பிரமலை நாட்டின் மூலை முடுக்கெல்லாம் சென்று பேசினார். அவருக்கு ஒரு நம்பிக்கை இருந்தது. காங்கிரஸ், தேர்தலுக்கு முன்னால் ஒரு வாக்குறுதி அளித்திருந்தது.

'நாங்கள் தேர்தலில் வெற்றி பெற்றால் குற்றப் பரம்பரைச் சட்டம் ஒழிக்கப்படும்.' அந்த அறிவிப்பு வெளியாகும் என்று காத்திருந் தார் தேவர். ஆனால், அரசு தரப்பிலிருந்து எந்த அறிவிப்பும் வெளி வரவில்லை.

போராடினார் தேவர். 1939, பிப்ரவரி 15 அன்று அரசுக்கு எதிராக தேவர் ஒரு மாநாட்டை திருப்பரங்குன்றத்தில் நடத்தினார். பெருமளவில் கூட்டம் சேர்ந்தது. அந்த மாநாட்டில் உணர்ச்சி கொப்புளிக்க தேவர் பேசினார். 'தூக்கு மேடைக்கும் அஞ்சாத நீங்கள் வீரப் பரம்பரையில் வந்தவர்கள். குற்றப் பரம்பரைச் சட்டத்துக்கு உட்பட்டு, போலீசாரால் நாயிலும் கேடாக நடத்தப் பட நீங்கள் என்ன கோழைகளா? கையாலாகாதவர்களா?'

மாகாண அளவில், குற்றப் பரம்பரைச் சட்ட எதிர்ப்பு மாநாட்டை நடத்துவதற்காக தேவர் ஓர் அறிக்கை வெளியிட்டார். அது, 'குற்றப்பரம்பரைச் சட்டத்தின் கூத்தாட்டம்; சி.டி. சட்டத்தால் அவதியுறும் மகாஜனங்களுக்கு வேண்டுகோள்' என்று தலைப்பிடப்பட்டிருந்தது.

அதில், தேவர் குறிப்பிட்டிருந்தார். 'மிருகங்கள் ஒன்றைத்தான் இருட்டில் அடைத்து வைத்து வெளியில் திறந்துவிடுவதைப் பார்க்கிறோம். ஆனால், அவற்றையும்கூடத் தூங்கும்போது தொந்தரவு செய்வதில்லை. சி.டி. சட்டத்தால் ரிஜிஸ்டர் செய்யப் பட்டிருக்கும் மக்களையோ, போலீஸ் ஸ்டேசனுக்கு முன்பு திறந்தவெளியில் புழுதியில் நாயோடும் பன்றியோடும் படுக்கப் போடுவது மட்டுமல்லாமல், இரவு 11 மணிக்கொருதரமும் 3 மணிக்கொருதரமும் ஆஜர் பார்க்கிறேன் என்று தூங்கவும் விடுவதில்லை.'

அந்தச் சமயத்தில், திரிபுராவில் அகில இந்திய காங்கிரஸ் மாநாடு நடந்துகொண்டிருந்தது. அப்போது, எம்.எல். ஆனே தலைமை யில் அகில இந்திய குற்றப் பரம்பரை சட்ட எதிர்ப்பு மாநாடு நடைபெற்றது. அந்த மாநாட்டில் இந்திய அளவில் ரேகைச் சட்டம் ரத்து செய்யப்படவேண்டும் என்கிற தீர்மானமும் நிறைவேற்றப்பட்டது. இதனால், எப்படியும் பிரமலைக் கள்ளர் வாழும் பகுதியில், ரேகைச் சட்டம் ரத்து செய்யப்பட்டுவிடும் என்று நம்பிக்கை கொண்டிருந்தார் தேவர்.

அதே நேரத்தில், ராஜாஜி மதுரைக்கு வரவிருப்பதாகச் செய்தி பரவியிருந்தது. அதற்காகவே ஒரு பெரும் கூட்டத்தைக் கூட்டி னார் தேவர். கம்பத்திலிருந்து மதுரை வரைக்கும் இருக்கும் தொண்டர்களை அணி திரட்டினார். ஒரு பெரிய ஊர்வலம். அதன் முடிவில், குற்றப் பரம்பரைச் சட்டத்தை ரத்து செய்யக் கோரி ஒரு மனு. அதை ராஜாஜியிடம் கொடுப்பதுதான் திட்டம்.

அந்த ஊர்வலத்துக்கு பிரமலைக் கள்ளர் இனத்து மக்களும், பொது மக்களும் வெள்ளமாகத் திரண்டு வந்தார்கள். சுமார் இரண்டு மைல் தூரத்துக்கு மக்கள் தலைகள். 'ரேகைச் சட்டத்தை ரத்து செய்! இல்லையென்றால், தேவர் தலைமையில் போராட்டம் வெடிக்கும்!' என்கிற கோஷத்துடன் போனது ஊர்வலம். அப்போதைய காங்கிரஸ் சட்ட மன்ற உறுப்பினராக இருந்த ஆர். வி. சுவாமிநாதன், தேவருடன் பேரணியில் கலந்துகொண்டார். அந்த ஊர்வலம் ராஜாஜியிடம் போய்ச் சேர்ந்தது.

தலைவர்கள் ராஜாஜியுடன் பேசினார்கள். குற்றப் பரம்பரைச் சட்டத்தை ரத்துசெய்யச் சொன்னார்கள். அதற்கான மனுவையும் கொடுத்தார்கள். அந்த மனுவை வாங்கிக் கொண்ட ராஜாஜி எந்த பதிலும் சொல்லவில்லை. ஆனால், அந்த ஊர்வலம் சென்னை மாகாண அளவில் பெரும் தாக்கத்தை ஏற்படுத்தியிருந்தது. அன்றைய கவர்னர், தேவரின் செல்வாக்கைத் தெரிந்துகொள்ள விரும்பினார். அதிகாரிகளை அழைத்தார். சொன்னார்.

'ஐயா! அந்தப் பகுதியில் ஜல்லிக்கட்டு வெகு பிரபலம். அதை தாங்கள் காண்பதற்கு ஏற்பாடு செய்யட்டுமா?' என்று கேட்டார் ஓர் அதிகாரி. சம்மதம் சொன்னார் கவர்னர். மதுரை மாவட்டத்தில் இருக்கும் சிந்துப்பட்டிக்கு கவர்னர் வருவதாக ஏற்பாடானது. சிந்துப்பட்டிக்கு கவர்னர் வரும்போது, அவர் ஜல்லிக்கட்டைப் பார்ப்பதற்கு ஏற்பாடு செய்தார்கள். கவர்னர் வந்தார். இந்த ஜல்லிக்கட்டுக்கு ஓர் உள்காரணமும் சொல்லப்படுகிறது.

சீறிப் பாய்ந்து வருகிற முரட்டுக் காளைகளை அடக்கும் கள்ளர் இனத்தவர்களை கவர்னர் பார்த்தால், அவர் பயப்படுவார். இப்படிப்பட்ட முரட்டுத்தனமான கூட்டத்துக்குக் குற்றப் பரம்பரைச் சட்டம் தேவைதான் என்று முடிவெடுப்பார். அதை ரத்து செய்ய மாட்டார் என்று சிலர் நினைத்தார்கள்.

இந்தச் செய்தி தேவர் காதுக்குப் போனது. அவர் ஒரே ஒரு வேலையைத்தான் செய்தார். உள்ளங்கை அளவே உள்ள *(1 x 16)* அளவில் சிறிய துண்டுப் பிரசுரத்தை அந்தப் பகுதி முழுவதும் விநியோகம் செய்ய ஏற்பாடு செய்தார். அந்தப் பிரசுரத்தில், 'சிந்துப் பட்டியில் நடக்கவிருக்கும் ஜல்லிக்கட்டுக்கு யாரும் மாடு கொண்டு போவதோ, காளையை அடக்கவோ போகக் கூடாது. மீறிப் போகிறவர்கள் நம் இனத்தின் துரோகி!' என்று குறிப்பிடப்பட்டிருந்தது.

கவர்னர் வந்தார். அன்றைக்கு அவர் வரும் வழியில், செக்கானூரணியில் இருந்து உசிலம்பட்டி வரைக்கும் யாருமே சாலையில் நடமாடவில்லை. சிந்துப்பட்டி ஊரில் சுத்தம். ஊரே அமைதியாகக் கிடந்தது. கவர்னர் திகைத்துப் போனார். 'என்னமோ ஜல்லிக்கட்டு நடக்கப் போகிறது என்று சொன்னீர்கள்! இங்கே என்னடாவென்றால், காக்காய், குருவியைக்கூடக் காண முடியவில்லை. இந்த ஊரில் ஆட்கள் யாருமே இல்லையா?'

சங்கடத்தோடு அப்போதைய மதுரை கலெக்டர் கவர்னரருகே வந்தார். ஒரு அறிக்கையைக் காண்பித்தார். அது தேவர் வெளியிட்டிருந்த துண்டுப் பிரசுரம். 'இதை தேவர் இந்தப் பகுதி முழுக்கக் கொடுத்ததால்தான் யாரும் வரவில்லை.'

'ஒரு கையகல நோட்டிஸை கொடுத்து, ஒரு பகுதியையே கட்டுப் படுத்தும் அளவுக்குச் செல்வாக்கு தேவருக்கு இருக்கிறதா?' வியந்து போனார் கவர்னர்.

இப்படி கவர்னர் வியந்தாலும், ஆங்கிலேய அரசு விழித்துக் கொண்டது. ஒரு பக்கம் தேவரை வலையில் சிக்க வைத்து, சிறையில் தள்ள நேரம் பார்த்துக் கொண்டிருந்தது. அதே சமயம், குற்றப் பரம்பரைச் சட்டத்தைக் கொஞ்சம் கொஞ்சமாகக் குறைத்து, இறுதியில் ரத்தும் செய்தது.

★

'பசும்பொன் முத்துராமலிங்க தேவர்.' அவர் வாழ்ந்த காலத்தில், அது ஒரு பெயர் மட்டுமல்ல. ஆளுமை. அந்தப் பெயரைக் கேட்ட மாத்திரத்தில் கட்டுண்டுபோனவர்கள் ஏராளம். அதை நிரூபிக்கும் சம்பவங்களும் ஏராளம்.

ஊரில் இருக்கிற சமயங்களில், தேவர் ஒன்று பசும்பொன்னில் இருப்பார், அல்லது புளிச்சிகுளத்தில். தேவருக்கு எந்தத் தீயப் பழக்கமும் கிடையாது. உணவு முறையில்கூட ஒரு கட்டுப்பாடு வைத்திருந்தார். காலையில் நீராகாரம். மதியம், ஒருவேளை மட்டும் உணவு. இரவில், ஒரு சொம்புப் பால். சில சமயங்களில் இடியாப்பம் அல்லது சுண்டல். அவ்வளவுதான்.

புளிச்சிகுளத்தில் தேவரைப் பெரும்பாலும் ஒரு பெரிய ஆலமரத்தின் அடியில்தான் பார்ப்பார்கள். விதவிதமான வழக்குகள் அந்த மரத்தடிக்கு வரும்.

‘சேவிக்கிறேஞ் சாமி!’

வருகிறவர், மார்பு வரைக் கையை உயர்த்திக் கும்பிடுவார்.

‘சொல்லுப்பா! வந்த காரியம் என்ன?’

‘ஐயா! எங்க ஊர்ல செல்வம் பிள்ளைக்கு நான் கடன் பட்டது உண்மைதான் சாமி. முந்நூறு ரூவா. ஒவ்வொரு மகசூலுக்கும் நூறு ரூபாயா கணக்குப் பண்ணி, மூணு தடவை அறுவடை முடிஞ்சதும் கட்டிப்புடுறேன்னு சொல்லியிருந்தேனுங்க. அவரு என்னடான்னா, நான் சொல்றதை கேக்கவே மாட்டேங்கிறாரு. மொத்தப் பணமும் வந்தாத்தான் ஆச்சுன்னு ஒத்தக்கால்ல நிக்கிறாரு. காசைக் கட்டலைன்னா, ஆடு, மாடை ஓட்டிட்டுப் போயிடுவேன்னு பயமுறுத்துறாரு. என்னா செய்யறதுன்னு தெரியல. அதான்.. உங்ககிட்ட ஓடியாந்தேன்.’

தேவர் இதைக் காது கொடுத்துக் கேட்பார். ஓர் ஆளைக் கூப்பிடுவார். ‘ஏ யாரப்பா அங்கே? செல்வம் பிள்ளையை நான் கூப்புட்டதா சொல்லிக் கூட்டிக்கிட்டு வாங்க!’

செல்வம் என்கிறவர், தேவர் கூப்பிட்டு அனுப்பிய காரணம் புரியாமல், பதற்றத்தோடு, தலை சுற்றிப் போய்த்தான் ஓடி வருவார். அவருக்கு பிராது கொடுத்தவரின் முகம் பார்த்த பிறகுதான் விஷயம் புரியும்.

‘சேவிக்கிறேன் சாமி!’

‘என்ன பிள்ளைவாள்! இவன் உங்களுக்கு எவ்வளவு தரணும்?’

‘முந்நூறு ரூவாங்க ஐயா!’

‘வட்டி போகத்தானே?’

‘ஆமாங்கய்யா!’

‘வட்டி இல்லாம, அசலை மட்டும் வாங்கிக்கிடுறீங்களா?’

‘சரிங்க ஐயா!’

‘இந்தா பாருப்பா! நீ பிள்ளைவாளுக்குக் குடுக்க வேண்டிய முந்நூறு ரூபாயையும் மூணு தவணைல குடுத்துடணும். புரியுதா?’

‘சரிங்கய்யா!’

‘அப்புறம் இனிமே கடன் வாங்குற நினைப்பயே விட்டுடு. கஞ்சிக்கு இல்லாம ராத்திரில படுத்தாலும், கடன்காரனா மட்டும் காலைல எந்திரிக்கக்கூடாது. வெளங்கிச்சா?’

‘சரிங்க எஜமான்.’

‘என்ன பிள்ளைவாள்! நான் சொல்றது சரிதானே?’

‘ரொம்பச் சரிங்க.’

‘போய்ட்டு வாங்க!’

★

அறுவடைக் காலத்தில் பெண்களுக்கு வயலில் அதிக வேலை இருக்கும். கைப்பிள்ளைக்காரிகூட அறுவடைக்குப் போவாள். வயலோரமாக இருக்கும் மரத்தில் தூளி கட்டி, குழந்தையைத் தொங்கவிட்டுவிட்டு, வேலையைப் பார்ப்பாள். தேவருக்கு வயல்வெளிகளில், நெல்லின் மணத்தை முகர்ந்தபடி நடப்பது ரொம்பப் பிடிக்கும். அது மாதிரியான ஒரு தினத்தில், வரப்பில் நடந்து வந்தார் தேவர்.

மரத்தில் தொங்கிக் கொண்டிருந்த தூளிகளைப் பார்த்தார். ஒரு குழந்தை மட்டும் சிணுங்கி அழுதுகொண்டிருந்தது. தேவர் தூளியை ஆட்ட ஆரம்பித்தார். வயலில் அறுவடை செய்து கொண்டிருந்த பெண்களில் ஒருத்தி இதைப் பார்த்தாள். அவளுடைய குழந்தை தேவர் ஆட்டும் தூளியில்தான் ஆடிக் கொண்டிருந்தது. பதறிப் போய் ஓடி வந்தாள்.

‘ஐயா! கும்பிடுறேங்கய்யா.’

‘யாரு? ராக்கம்மாவா?’

‘இது உன் குழந்தையா?’

‘ஆமாங்க.’

‘உன் வீட்டுக்காரன் எங்க?’

‘மானாமதுரைக்கு நெல் ஏத்திக்கிட்டுப் போயிருக்காருங்க.’

‘நல்லா இருக்கிங்கள்ல?’

‘உங்க புண்ணியத்துல நல்லா இருக்குறோம் சாமி!’

‘அப்ப சரி. வரட்டுமா?’

ஒரு கும்பிடு போட்டுவிட்டு நடந்தார் தேவர்.

அவர் போன திசையையே பார்த்துக்கொண்டு நின்றாள் அந்தத் தாய்.

★

பசும்பொன் கிராமத்துக்கு அருகே இருக்கும் ஊர் அபிராமம். அங்கே, இஸ்லாமியர்கள் அதிகமாக வசித்தார்கள். அவர்களில் பெரும்பாலானோர் பர்மா, மலேசியா போன்ற நாடுகளுக்குப் போய், தொழிலோ, வியாபாரமோ செய்து திரும்பி வந்தவர்கள். பெரும் பணக்காரர்களாக வாழ்பவர்கள்.

அங்கே ஒரு சந்தை இருந்தது. வாரம்தோறும் புதன் கிழமை சந்தை கூடும். அது முஸ்லீம்கள் அதிகம் வசிக்கிற பகுதி. சந்தைக்கு வியாபாரம் செய்ய வருகிற இளம் பெண்களை சில முஸ்லீம் இளைஞர்கள் கேலி செய்து, வம்புக்கிழுப்பது நடந்து வந்தது.

ஒரு நாள், மோர் விற்ற ஒரு பெண்ணிடமும், காய்கறி விற்கப் போன பெண்ணிடமும் அவர்கள் மோசமாக நடந்துகொண்டார் கள். அந்த இளைஞர்களைத் தட்டிக் கேட்கும் அளவுக்கு அங்கே யாருக்கும் தைரியமும் இல்லை.

எனவே, பாதிக்கப்பட்ட பெண்கள், பசும்பொன்னுக்கு வந்தார் கள். தேவரிடம் முறையிட்டார்கள். ‘நான் பார்த்துக்கொள் கிறேன். போய் வாருங்கள்!’ என்று அந்தப் பெண்களை அனுப்பி வைத்தார் தேவர்.

பிறகு, அடிக்கடி அபிராமம் போய் வருகிற சிலரை அழைத்து விசாரித்தார். அந்தப் பெண்கள் சொன்னது உண்மைதான் என்பதை ஊர்ஜிதப்படுத்திக்கொண்டார். முதல் வேலையாக, அபிராமம் கிராமத்தில் இருக்கும் பள்ளிவாசல் பெரியவர்களுக்கு ஆள் மூலம் தகவல் சொல்லி அனுப்பினார்.

‘உங்கள் ஊர் இளைஞர்கள் சிலர், சந்தைக்கு வரும் இளம் பெண்களிடம் தகாத முறையில் நடப்பதாகக் கேள்விப்பட்டேன். அவர்களைக் கண்டித்து வையுங்கள்! இனிமேல் இது போல் நடக்காமல் பார்த்துக்கொள்ளுங்கள்!’

ஆனால், தேவர் சொன்ன எதுவும் அபிராமத்தில் நடக்கவில்லை. அந்த இளைஞர்களுடைய அட்டகாசம் இன்னும் அதிகமானது. அவர்களைக் கட்டுப்படுத்த என்ன செய்வது என்று யோசித்து ஒரு முடிவெடுத்தார் தேவர்.

அபிராமத்தில் இருந்த இந்து சமயத்தைச் சேர்ந்தவர்கள் ஒன்று கூடினார்கள். 'இந்து மகா சபை' ஒன்றை அமைத்தார்கள். தலைவர்? முத்துராமலிங்க தேவர். முஸ்லீம் இளைஞர் களுடைய போக்கைக் கண்டிக்க சில அதிரடி நடவடிக்கைகளில் இறங்கினார் தேவர். சமூக ஒத்துழையாமை. 'முஸ்லீம் மக்களின் நிலங்களில் இந்துக்கள் யாரும் வேலை செய்யக்கூடாது. இஸ்லாமியர்களின் கடைகளில் பொருள்கள் வாங்கக்கூடாது.'

தேவர் பேச்சுக்கு மறு பேச்சு ஏது? அவர் சொன்னது அப்படியே நடந்தது. அதனால், பொருளாதாரரீதியாக மிகப் பெரும் சிக்கல் களை முஸ்லீம்கள் எதிர்கொள்ள வேண்டியிருந்தது. 'நிலைமை இன்றைக்குச் சரியாகிவிடும், நாளைக்குச் சரியாகிவிடும்' என்று காத்திருந்த முஸ்லீம்கள் ஏமாந்து போனார்கள். அபிராமத்தில் இருந்த இந்துக்கள், தேவரின் வார்த்தைக்குக் கட்டுப்பட்டு, அவர் சொன்னபடியே நடந்துகொண்டிருந்தார்கள். ஒரு கட்டத்தில், பொறுக்க மாட்டாதவர்களாக, 'தேவர் மத துவேஷத்தை வளர்க்கிறார்' என்று அபிராமம் ஊரைச் சேர்ந்த முஸ்லீம்கள், ஆங்கிலேய அரசுக்குத் தந்தி மேல் தந்தி கொடுத்தனர்.

ஏற்கெனவே, தேவர் மீது ஒரு கண் வைத்திருந்த ஆங்கிலேய அரசு இந்தச் சந்தர்ப்பத்தைப் பயன்படுத்திக்கொள்ள முடிவு செய்தது. தேவர் மீது வழக்குத் தொடர்ந்தது. செக்ஷன் 107. 'தேவர் சமூகக் கலவரத்தைத் தூண்டினார்' என்பது வழக்கு.

அந்த வழக்கு ஓர் ஆண்டுக்கும் மேலாக நடந்தது. முதுகுளத்தூ ரில், சப் கலெக்டர் முன்னால் நடந்த விசாரணையின் போது, ஆயிரக்கணக்கான மக்கள் திரண்டார்கள். தேவருக்காக வாதாட, அன்றைக்குப் பிரபலமாக இருந்த மதுரையைச் சேர்ந்த வழக்கறிஞர் கே.ஆர். வெங்கட்ராமய்யர் ஆஜரானார்.

சப் கலெக்டர் தேவரிடம் ஜாமீன் கேட்டுத் தீர்ப்பளித்தார். பிறகு, வழக்கு அப்பீல் செய்யப்பட்டு ராமநாதபுரம் மாவட்ட நீதி மன்றத்துக்குப் போனது. அப்பீலை விசாரித்தார் நீதிபதி. தீர்ப்பும் சொன்னார். 'அநீதியை எதிர்ப்பதற்காக, சமூக ஒத்துழையாமையை அறவழியில் நடத்துவதில் எந்தத் தவறும் இல்லை.'

அதோடு, தேவர் மீதிருந்த ஜாமீன் வழக்கையும் ரத்து செய்தார். அதற்குப் பிறகும், அபிராமத்தில் சமூக ஒத்துழையாமை தொடர்ந்துகொண்டுதான் இருந்தது. அதே சமயத்தில் தேவரைக் கொலை செய்ய ஒரு முயற்சியும் நடந்தது.

தேவர், அந்தக் காலத்திய செவர்லெட் கார் ஒன்றை வைத்திருந் தார். இப்போது போல அதன் மேற்புறம் இரும்பு ஷீட் போட்டதல்ல. மேல்பாகம் கேன்வாஸ் துணியால் ஆனது.

ஒரு நாள் முத்துராமலிங்க தேவரும், காங்கிரஸ் தலைவரும் பேச்சாளருமான மட்டப்பாறை வெங்கட்ராமய்யரும் அந்த காரில் வந்துகொண்டிருந்தார்கள். இருவரும் பின் சீட்டில் அமர்ந்திருந்தார்கள். ரோட்டில் கார் போய்க் கொண்டிருந்தது. எதிரே தூரத்தில் சில மாட்டு வண்டிகள். ஓரமாக வந்து கொண்டிருந்த மாட்டு வண்டிகள், திடீரென்று நடு ரோட்டுக்கு, தேவர் வரும் காரை மறிப்பது போல் குறுக்காக வந்து நின்றன.

கிட்டத்தட்ட பத்து மாட்டு வண்டிகள். வண்டிக்குள் ஐம்பதுக்கும் மேற்பட்டவர்கள் ஆயுதங்களுடன் காத்திருந்தார்கள். கார் நின்றதும், சூழ்ந்துகொண்டு தேவரைத் தாக்குவது எதிரிகளின் திட்டம்.

காரை ஓட்டிய டிரைவர் பெயர் ராஜு. திறமைசாலி. நிலைமை யின் தீவிரத்தைச் சட்டென்று புரிந்துகொண்டார். அடுத்த கணம், ரோட்டிலிருந்து இறங்கியது கார். காட்டுப் பகுதிக்குள் புகுந்து வேகமெடுத்தது. மாட்டு வண்டிகள் நிற்கும் இடத்தையும் தாண்டி, கிட்டத்தட்ட ஒரு பர்லாங் தூரம் கடந்தபின் ரோட்டில் ஏறியது.

ஆனாலும், பின்னால் சிலர் விரட்டி வந்தார்கள். ஒருவன் தன் கையில் இருக்கும் வேல் கம்பால் குத்தினான். அது, காரின் மேல்புறத் துணியைக் கிழித்துக்கொண்டு உள்ளே வந்தது. தேவரும் வெங்கட்ராமய்யரும் பின் சீட்டில் அமர்ந்திருந்தார்கள். அவர்களுக்கு நடுவே வந்து சீட்டில் குத்தியது வேல் கம்பு. அதே வேகத்தில், உருவிக்கொண்டு பின்னால் போய்விட்டது.

வெங்கட்ராமய்யர் மிரட்சியோடு கேட்டார்: 'தேவர்வாள்! நம்ம ரெண்டு பேருக்கும் நடுவுல ஒரு முழ நீளத்துக்கு இப்போ வந்துட்டுப் போச்சே! வேல் கம்புதானே?'

‘ஆமாம். அது உங்களுக்காக வரலை. என்னைக் கொல்ல வந்தது.’

இந்தச் சம்பவம் நடந்த பிறகு, இரவு இரண்டு மணிக்கு அருப்புக்கோட்டைக்கு வந்து சேர்ந்தார் தேவர். அவர், எப்போதும் தங்குகிற அகம்படியார் மகாலில் தங்கினார். அவர் முகத்தில், அவரைக் கொல்ல நடந்த சதி குறித்து, சிறு பதற்றம் கூட இல்லை. எப்போதும் போல சகஜமாக வேண்டியவர்களிடம் பேசிக்கொண்டிருந்துவிட்டு, படுக்கப் போய்விட்டார்.

தேவர் எந்தக் காலத்திலும் வேற்று மதத்தவர்களுடன் வேறுபாடு காட்டியது கிடையாது. அபிராமம் ஊரில் தகாத வேலைகளில் இறங்கிய முஸ்லீம் இளைஞர்களைக் கண்டிக்கத்தான் சமூக ஒத்துழையாமை என்கிற அஹிம்சை ஆயுதத்தை எடுத்தாரே தவிர, வேறு எந்த இடத்திலும் அதை அவர் பயன்படுத்தவில்லை.

முஸ்லீம் இன மக்கள் பெருமளவில் வாழும் கமுதி, முதுகுளத்தூர், பேரையூர், பெருநாழி போன்ற இடங்களில் எல்லாம் அவர், சமூக ஒத்துழையாமை இயக்கத்தை நடத்தவில்லை. அபிராமம் முஸ்லீம் இன மக்கள், தேவர் போராட்டம் நடத்திய போது, தங்களுக்கு ஒத்துழைக்கும்படி அந்த ஊர்களில் இருந்த முஸ்லீம் பெரியவர்களிடம் கேட்டார்கள்.

‘இது உங்கள் ஊர் பிரச்னை. தவறு உங்கள் ஊர் இளைஞர்களிடம் இருக்கிறது. ஆரம்பத்திலேயே நீங்கள் அதைத் தட்டிக் கேட்டிருந்தால், பிரச்னை இந்த அளவுக்கு முற்றியிருக்காது. அதையும் இஸ்லாத்தையும் சம்பந்தப்படுத்தாதீர்கள். எங்களால் உங்களுக்கு ஒத்துழைப்புக் கொடுக்க முடியாது’ என்று சொல்லி மறுத்துவிட்டார்கள் அந்த ஊர்களில் இருந்த முஸ்லீம் பெரியவர்கள்.

ஒரு கட்டத்தில், அபிராமம் சந்தை வேறு ஓர் இடத்துக்கு மாற்றப்பட்டது.

7

குழப்பம் விளைவிப்பவர்

> ‘காங்கிரஸ் கட்சியில், தீண்டாமை ஒழிப்பில் மிகவும் வேகமாகச் செயல் பட்டமைக்காக காந்திஜியால் பாராட்டப்பட்டவர் தேவர். எனவே, அவரைச் சாதியக் கண் கொண்டு பேசுவது சரியல்ல. அது அரசியல் உள்நோக்கம் கொண்டது.’
>
> **– கே.டி.கே. தங்கமணி**

போலீஸுக்கும் தேவருக்கும் எப்போதும் ஏழாம் பொருத்தம் தான். தேவர் மீது எப்போது, எதைச் சாக்கு வைத்து கேஸ் போடலாம் என்று சதா நேரம் பார்த்துக்கொண்டிருந்தது காவல் துறை. ஆனால், தேவர் எதற்கும் பயப்படுகிறவர் அல்ல. மனத்தில் பட்டதை வெளிப்படையாகப் பேசிவிடுவார். அது 1937ஆம் ஆண்டு. சட்டமன்றத் தேர்தலுக்கு தேவர் வேட்பாளராக நின்றிருந்த நேரம். பேரையூரில் பொதுக்கூட்டம்.

மேடையில் ஏறி, சிங்கம் போல முழங்கிக்கொண்டிருந்தார் தேவர். கூட்டம் அவர் பேச்சில் கட்டுண்டு அசையாமல் கேட்டுக் கொண்டிருந்தது. மிகவும் உணர்ச்சிகரமான பேச்சு. ஆங்கிலேய ஏகாதிபத்தியத்தை எதிர்த்துப் பேசிய அவருடைய உரை கேட்கிறவர்களை எல்லாம் உணர்ச்சி வசப்பட வைத்துக் கொண்டிருந்தது.

இதற்குத்தானே காத்திருந்தார்கள் போலீஸ்காரர்கள். சி.ஐ.டி. போலீஸ் தேவரின் உரையை அரசுக்கு அனுப்பி வைத்தார்கள். தேவர் மீது, அரசு வழக்குத் தொடர்ந்தது. இந்திய சட்டப்பிரிவு, 124 ஏ, 153ஏ ஆகிய பிரிவுகளில் தொடரப்பட்டது வழக்கு. வழக்கில் தேவரே தமக்காக வாதாடினார். அதுவும் ஆங்கிலத்தில்.

அந்த வழக்கில் தேவர் ஒன்பது மாதச் சிறைத்தண்டனை அனுபவிக்கவேண்டும். அல்லது ஆயிரம் ரூபாய் அபராதத் தொகையுடன் இரு நபர் ஜாமீன் தரவேண்டும் என்று தீர்ப்பானது. ஜாமீனில் தேவர் வெளியே வந்தார்.

ஆனாலும், அன்றைக்கு அவர் பேசியது, பல ஆங்கிலேயர்களை, அவர் மீது கசப்புணர்ச்சி கொள்ளவைத்தது.

`Speeches relating to british imperialism should not be misunderstood as speeches relating to government established by law in british India.' என்று கோர்ட்டில் பேசியிருந்தார் தேவர்.

ஓர் ஆங்கிலேய அதிகாரி சொன்னார்: 'ராமநாதபுரம் மாவட்டத்தில் குழப்பம் விளைவிக்கிற ஆள் இவர்தான்.'

★

1937ஆம் ஆண்டு காங்கிரஸுக்குள் புதிதாக ஒரு கொள்கையைப் புகுத்த சிலர் முயற்சித்தார்கள். அது சோஷலிசம். காங்கிரஸ் கட்சிக்கு உள்ளே ஒரு சோஷலிஸ்ட் பிரிவு உருவானது. அதன் தலைவராக இருந்தவர் ஜெயபிரகாஷ் நாராயண். அவர், தம் கட்சியைப் பரப்புவதற்காக இந்தியா முழுக்கப் பயணம் செய்துகொண்டிருந்தார். தமிழகத்துக்கும் வந்தார். அவர் வந்தபோது, அவரை வரவேற்கத் தமிழ்நாட்டில் இருந்து ஒரு காங்கிரஸ்காரர்கூடப் போகவில்லை.

தேவர் இந்தச் செய்தியைக் கேள்விப்பட்டார். நேராக அவரே போய் ஜெயபிரகாஷ் நாராயணை அழைத்துக் கொண்டு மதுரை வந்தார். சோஷலிஸ்ட் கட்சியை மதுரையில் அமைக்க உதவவும் செய்தார். அதன் தொடர்ச்சியாக, பசுமலை மகாலட்சுமி மில்லில் தொழிற்சங்கம் தொடங்கப்பட்டது. பிறகு, மதுரை பஞ்சலைத் தொழிலாளர் சங்கமும், மதுரை நெசவாலைத் தொழிலாளர் சங்கமும் உருவாயின. மூன்று சங்கங்களுக்கும் தலைவராக தேவர் இருந்தார்.

பசுமலை மகாலட்சுமி மில்லில், தொழிலாளர்களுக்கும் நிர்வாகத்துக்கும் இடையே பிரச்னை. தொழிலாளர்களின் கோரிக்கையை நிர்வாகம் ஏற்க மறுத்தது. தொழிலாளர்கள் சார்பில், ஜீவாவும் தேவரும் நிர்வாகத்திடம் பேசிப் பார்த்தார்கள். நிர்வாகமோ, கடைசி வரைக்கும் இறங்கிவர மறுத்தது. வேலை நிறுத்தம் தொடங்கியது.

1938ஆம் ஆண்டு, அக்டோபர் 15ஆம் தேதி பசுமலையில் எஸ்.என்.ரத்தினம் என்பவர் வீட்டில் தங்கியிருந்தார் முத்துராம லிங்க தேவர். அவரைக் கைது செய்து, சிறையில் அடைத்தது போலீஸ். வேலை நிறுத்தம் செய்யத் தொழிலாளர்களைத் தூண்டினார் என்று காரணம் சொல்லப்பட்டது.

அப்போது தமிழக முதல்வராக இருந்தவர் ராஜாஜி. காங்கிரஸ் சட்டமன்ற உறுப்பினரான முத்துராமலிங்க தேவரை, அதே கட்சியைச் சேர்ந்த ராஜாஜி முதல்வராக இருக்கும்போது கைது செய்து சிறையில் அடைத்தது பெரும் பரபரப்பை ஏற்படுத்தியது.

இந்த வழக்கில் தேவருக்கு ஆறுமாத கடுங்காவல் தண்டனை விதிக்கப்பட்டது. அன்று காங்கிரஸ் மகா சபைத் தலைவராக இருந்த சுபாஷ் சந்திரபோஸ், தமிழக முதல்வர் ராஜாஜிக்கு, தேவர் கைது பற்றி விளக்கம் கேட்டுக் கடிதம் எழுதினார். மானாமதுரையில் நடந்த தாலுகா காங்கிரஸ் மாநாடு தேவர் கைதானதைக் கண்டித்துத் தீர்மானம் நிறைவேற்றியது.

ராமநாதபுரம் பகுதியிலும் மதுரையிலும் தேவர் ஆதரவாளர்கள் கொதித்தெழுந்தார்கள். போராட்டம் வெடித்தது. பதற்றம் உருவானது. வேறு வழியில்லாமல், பத்தே நாள்களில் தேவரை விடுதலை செய்தது அரசு. அதே சமயம், பசுமலை மகாலட்சுமி மில் போராட்டமும் வெற்றி பெற்றது.

அந்தப் போராட்டம் முடிந்ததும் மற்றொன்று ஆரம்பமானது. மதுரை நெசவாலைத் தொழிலாளர்கள் வேலை நிறுத்தம். அதுவும் தேவர் தலைமையில்தான் நடந்தது. இந்தப் போராட்டத் தின் போது, தொழிலாளர்களோடு அவர்கள் குடும்பத்தாரையும் சேர்த்து உள்ளே தள்ள நெசவாலை நிர்வாகம் முடிவு செய்தது.

ஆயிரம் தொழிலாளர்களைக் கூட்டிக் கூட்டம் நடத்தி, வீரா வேசமாகப் பேசினார் தேவர். மதுரை குற்றப் பிரிவு காவல்துறை, தேவர் மீது 110வது பிரிவின் கீழ் வழக்குத் தொடர்ந்தது. 'ஜாமீன்

வழக்கு' என்பார்கள். அது மிகக் கொடுமையான சட்டம். உள்ளே போட்டால் வெளியே வர முடியாது.

3.7.1939 அன்று, மதுரை சிந்தாமணி திரையரங்கம் சிலரால் தாக்கப்பட்டது. சிந்தாமணி திரையரங்க உரிமையாளர், நெசவாலை உரிமையாளருக்கு ஆதரவு கொடுத்தார். அதனால் தேவர்தான் ஆட்களை ஏவி தாக்கினார் என்று அரசு கருதியது. அந்த வழக்கும் தேவர் மேல் சேர்ந்துகொண்டது.

தேவருக்கு எதிராக போலீஸ் தரப்பில் 145 சாட்சிகள் நீதிமன்றத் தில் சாட்சி சொன்னார்கள். வெளியே தொழிலாளர் போராட்டம் தீவிரமடையத் தொடங்கியதும், கம்பெனியை நிரந்தரமாக இழுத்து மூடியது நிர்வாகம். அந்த வழக்கு தேவருக்கு விரோத மாக முடிந்தது.

★

ராஜாஜி மந்திரி சபை ஹரிஜன ஆலயப் பிரவேசத்தை 1938ஆம் ஆண்டு சட்டமாக்கியது. அதற்கு முன்பெல்லாம் தலித்துகள் ஆலயத்துக்குள் நுழைய முடியாது. சட்டபூர்வமான அனுமதி கிடைத்ததும் ஆங்காங்கே தலித்துகள் ஆலயத்துக்குள் பிரவேசித் தனர் என்றாலும், அவர்களை சிலர் உள்ளே நுழையவிடாமல் தடுத்தனர். விரட்டியடித்தனர்.

மதுரை மீனாட்சியம்மன் கோயிலுக்குள் தலித்துகளை ஆலயப் பிரவேசம் செய்ய வைத்தியநாதய்யர் முடிவு செய்தார். அவர் ராஜாஜிக்கு நெருக்கமானவர். அந்த அறிவிப்பும் வெளியானது. காலம் காலமாகப் பழைமையில் ஊறிய சில மதவாதிகள், தலித்துகள் ஆலயத்துக்குள் நுழைந்தால், கொலை விழும், ரத்த ஆறு ஓடும் என்று எதிர் அறிக்கைவிட்டார்கள். நுழைபவர்களைத் தாக்கவும் திட்டம் போட்டார்கள்.

நிலைமை விபரீதமாகிக் கொண்டிருந்தது. திட்டமிட்டபடி தலித்துகளை ஆலயப் பிரவேசம் செய்யவைக்கவில்லை என்றால் அது காங்கிரஸுக்கு அவமானம். அரசு போட்ட சட்டத்துக்கு மரியாதையே இல்லாமல் போய்விடும். என்ன செய்யலாம்?

ராஜாஜி, வைத்தியநாதய்யரிடம் பேசினார். 'இந்தப் பிரச்னையில் உதவ ஒரே ஒருவரால்தான் முடியும். அது முத்துராமலிங்க தேவர்தான். அவரிடம் சென்று பேசுங்கள்!' என்றார்.

அந்தச் சமயத்தில், மதுரை நெசவாலை வேலை நிறுத்தம் தொடர்பாக தேவர் கைது செய்யப்பட்டிருந்தார். அவர்மீது வழக்குப் போடப்பட்டு விசாரணை நடந்துகொண்டிருந்தது. வைத்தியநாதய்யர், தேவரைப் போய்ப் பார்த்தார். நிலைமையின் தீவிரத்தைச் சொன்னார்.

'நீங்கள் போங்கள்! நான் பார்த்துக் கொள்கிறேன்' என்று சொல்லி, வைத்தியநாதய்யரை அனுப்பி வைத்தார் தேவர்.

தேவர் துண்டுப் பிரசுரமாக ஓர் அறிக்கையை வெளியிட்டு, மதுரை எங்கும் விநியோகம் செய்ய வைத்தார்.

'திரு. வைத்தியநாதய்யர் அவர்கள், மீனாட்சியம்மன் கோயிலுக்குள் ஹரிஜனங்களை அழைத்துக்கொண்டு உள்ளே நுழையும்போது, சதிகாரர்களால் ஏற்பாடு செய்யப்பட்டுள்ள ரவுடிகள் கலகம் விளைவிக்கப் போவதாக அறிகிறேன். கோயிலுக்குள் பிரவேசிக்கும் ஹரிஜனங்களை கத்தி, அரிவாள் போன்ற பயங்கர ஆயுதங்களால் தாக்கிக் கோயிலை ரத்தக்கறை படியச் செய்யப் போவதாகத் தகவல் வந்துள்ளது. எதிர்களால் ஏற்பாடு செய்யப்பட்டிருக்கும் ரவுடிக் கும்பலுக்கு எச்சரிக்கை விடுகிறேன். ஹரிஜனங்களுடன் வைத்தியநாதய்யர் மீனாட்சி யம்மன் ஆலயத்துக்குள் பிரவேசிக்கும்போது நானும் உடன் வருவேன். ஏதாவது அசம்பாவிதம் நடக்குமானால், அந்த ரவுடிகளை சந்திக்கும் விதத்தில் நானே சந்திப்பேன்.'

அந்த அறிக்கையில், எந்தத் தேதியில் எத்தனை மணிக்கு தலித்துகள் ஆலயப் பிரவேசம் செய்யப் போகிறார்கள் என்பதும் குறிப்பிடப்பட்டிருந்தது. சொன்ன தேதியில், தலித்துகள் மீனாட்சியம்மன் கோயிலுக்குள் நுழைந்தார்கள். நிம்மதியாக அம்மனை தரிசனம் செய்தார்கள். அவர்களை எதிர்க்க ஒருவர்கூட வரவில்லை.

★

1938ஆம் ஆண்டு பல முக்கிய நிகழ்ச்சிகள் தேவர் வாழ்க்கையில் நடந்தன. அவருடைய தந்தையார் உக்கிரபாண்டிய தேவர் நோய்வாய்ப்பட்டார். வாழ்நாள் முழுக்க எத்தனையோ எதிர்ப்புகளை உக்கிரபாண்டிய தேவர் கொடுத்திருந்தபோதும், அவரைக் காப்பாற்ற எல்லா முயற்சிகளையும் செய்தார் தேவர்.

உக்கிரபாண்டிய தேவரை பசும்பொன்னுக்கு அழைத்து வந்தார். எத்தனையோ சிகிச்சைகளைக் கொடுத்துப் பார்த்தார். படுக்கையில் விழுந்த உக்கிரபாண்டிய தேவர், 16.6.1938 அன்று மரணம் அடைந்தார்.

1932ஆம் ஆண்டு காங்கிரஸுக்குள் உள்கட்சி பூசல்கள் ஆரம்பித்து விட்டன. அப்போதிருந்த காங்கிரஸில் இரு பிரிவுகள். ஒன்று, மிதவாத அணி. மற்றொன்று, தீவிரவாத அணி. காந்தி, ராஜாஜி போன்றவர்கள் மிதவாத அணியில் இருந்தார்கள். சுபாஷ் சந்திரபோஸ், சீனிவாச அய்யங்கார் போன்றவர்கள் தீவிரவாத அணியில் இருந்தார்கள்.

1935ஆம் ஆண்டு, ஆங்கிலேய அரசு, மாகாணங்களில் சீர்திருத்தம் செய்யப் போகிறோம் என்று சமஷ்டி முறையைக் கொண்டு வந்தது. அதனால்தான் காங்கிரஸில் இருந்த மிதவாதிகள், சட்டமன்றத் தேர்தலில் போட்டியிட்டு, ஆட்சியில் அமர்ந்து, ஆங்கிலேய அரசுக்கு எதிராகப் போராடலாம் என்று முடிவு செய்திருந்தார்கள். ஆனால், சுபாஷ் சந்திர போஸைப் போன்ற தீவிர போராட்டத்தில் நாட்டம் கொண்டவர்கள், அது சாத்திய மில்லை, அந்த வழியில் போனால், ஆங்கிலேய அரசை நேரடி யாக எதிர்த்துப் போராட்டம் நடத்தும் வாய்ப்பில்லாமல் போய் விடும் என்றார்கள்.

சுபாஷ் சந்திரபோஸ், காங்கிரஸின் இந்தக் கொள்கையை நேரடியாகவே எதிர்த்து விமர்சனம் செய்தார். 1938ல் திரிபுராவில், காங்கிரஸ் மகாசபை கூடியது. அகில இந்திய காங்கிரஸ் தலைவரைத் தேர்ந்தெடுக்கும் தேர்தலும் நடந்தது. அந்தத் தேர்தலில், காந்தியின் பரிபூரண ஆதரவைப் பெற்ற பட்டாபி சீத்தாராமையா போட்டியிட்டார். அவரை எதிர்த்துப் போட்டி யிட்டார் சுபாஷ் சந்திரபோஸ்.

சுபாஷ், 'சமஷ்டி முறையை எதிர்ப்போம். நாட்டு மக்களை ஆங்கிலேயருக்கு எதிரான பகிரங்கப் போராட்டத்துக்குத் தயார்ப்படுத்துவோம். வெகு விரைவில் உலகப் போர் மூளப் போகிறது. அப்போரில், ஆங்கிலேய அரசுக்கும், காங்கிரஸ் வலதுசாரிகளுக்கும் ஓர் ஒப்பந்தம் உண்டாகும். நான் தலைவராக இருந்தால், அத்தகைய ஒப்பந்தம் உண்டாகத் தடையாக இருப்பேன் என்று என்னை எதிர்க்கிறார்கள்.' என்றெல்லாம் பல பிரச்னைகளை முன் வைத்தார்.

சுபாஷ், பட்டாபி சீத்தாராமையா இரு பக்கமிருந்து காரசாரமான விவாதங்கள் கிளம்பின. வல்லபபாய் பட்டேல், 'சுபாஷ் பதவி ஆசைகொண்டு போட்டியிடுகிறார்' என்று அறிக்கைவிட்டார். சுபாஷ், 'நான் பதவி மேல் ஆசைகொண்டு போட்டியிடுவதாகக் கூறும் வல்லபபாய் பட்டேலுக்கு சவால் விடுகிறேன். ஆச்சாரிய நரேந்திரதேவ் போன்ற இடதுசாரியைத் தலைவராக வல்லபபாய் பட்டேல் ஏற்றுக்கொள்வாரா? அப்படி அவர் ஏற்றுக் கொண்டால், நான் போட்டியிலிருந்து விலகிக் கொள்கிறேன்' என்று பதில் அறிக்கை கொடுத்தார்.

வல்லபபாய் பட்டேல் அதற்கு பதில் தரவில்லை. ராஜாஜி, சுபாஷை 'ஓட்டைப் படகு' என்று விமர்சனம் செய்தார். ஆச்சாரிய கிருபாளினி, 'பதவி ஆசை கொண்டவர் இந்த சுபாஷ்' என்றார்.

எங்கே அஹிம்சைப் பாதையைவிட்டு சுபாஷ் விலகிப் போய்விடுவாரோ என்று காந்தியும், அவரைச் சார்ந்த மிதவாதிகளும் கருதினார்கள். அதற்காகத்தான் அவருக்கு எதிர்ப்புத் தெரிவித்தார்கள். ஆனாலும், அந்தத் தேர்தலில் சுபாஷ் வெற்றி பெற்றுத் தலைவரானார். அவருடைய வெற்றி, காங்கிரஸில் இருந்த மிதவாதிகளைவிட ஆங்கிலேய ஏகாதிபத்தியத்துக்குத்தான் பெரிய அதிர்ச்சியைத் தந்தது.

'பட்டாபி சீத்தாராமையாவின் தோல்வி என் தோல்வி' என்று சொன்ன காந்தியடிகள், அவரைப் பின்பற்றுபவர்களை காங்கிரஸ் பேரியக்கத்தில் இருந்து ராஜினாமா செய்யச் சொல்லிக் கேட்டுக் கொண்டார். காந்தியின் பேரில் அபிமானம் கொண்ட சர்தார் வல்லபபாய் பட்டேல், ராஜேந்திர பிரசாத், சரோஜினி நாயுடு உள்ளிட்ட பல தலைவர்கள் ராஜினாமா செய்தார்கள். நேரு, ராஜினாமா செய்யவில்லை என்றாலும், 'புதிய காங்கிரஸ் கமிட்டியில் அங்கம் வகிக்க நான் விரும்பவில்லை' என்று போஸுக்கு கடிதம் எழுதினார்.

புதிய காங்கிரஸ் காரிய கமிட்டியில், சுபாஷ் சந்திரபோஸ், அவருடைய அண்ணன் சரத்பாபு இருவர் மட்டுமே இருந்தார்கள். மறுபடியும் மார்ச் மாதம், 11ஆம் தேதி, திரிபுராவில் காங்கிரஸ் மகாசபை கூடியது. அந்தச் சமயத்தில் போஸுக்கு உடல்நிலை படுத்தி எடுத்தது. ஓர் எட்டுக்கூட எடுத்து வைக்க முடியாத நிலைமை. இருந்தாலும், காங்கிரஸ் மகாசபைக்குக் கிளம்பிவிட்டார். தமிழகத்தில் இருந்து, ராஜாஜி, தேவர்,

சீனிவாச அய்யங்கார், ஜீவானந்தம், சத்தியமூர்த்தி,காமராஜ் ஆகியோர் மாநாட்டுக்கு வந்திருந்தார்கள்.

சுபாஷால் நடக்க முடியவில்லை. அவரை, ஒரு நாற்காலியில் வைத்து மேடைக்குக் கொண்டு வந்தார்கள். தலைமை உரையைக் கூடப் படிக்க அவருடைய உடல்நலம் இடம் தரவில்லை. அவரது அண்ணன் சரத் போஸ்தான் வாசித்தார்.

கூட்டத்தில் அன்றைய விவாதம், ராஜினாமா செய்த பன்னிரண்டு காரியக் கமிட்டி உறுப்பினர்களுக்கு பதிலாக யார் யாரை நியமிக்கலாம் என்பதிலேயே இருந்தது.

பொதுவாக, காரியக் கமிட்டி உறுப்பினர்களை தலைவர் பொறுப்பில் இருப்பவர்தான் நியமிக்கவேண்டும். இது காங்கிரஸ் நடைமுறையில் இருந்த விதி. அப்படிப் பார்த்தால், அந்தத் தகுதி சுபாஷ் சந்திர போஸுக்குத்தான் இருந்தது. ஆனால், கூட்டத்தில் காந்திஜி சொல்கிற நபர்களைத்தான் நியமிக்க வேண்டும் என்று மிதவாதிகள் தரப்பில் கூறப்பட்டது. வாக்கு வாதம் வளர்ந்துகொண்டே போனது. ஒரு கட்டத்தில், சுபாஷால், உடல் நிலை காரணமாகக் கூட்டத்தைத் தொடர முடியவில்லை. அவர் வெளியேறினார். அவருக்கு பதிலாக அபுல் கலாம் ஆசாத் தலைமையில் கூட்டம் தொடர்ந்தது.

நேரு நடுநிலைமை வகித்ததால், பலத்த எதிர்ப்புகளுக்கிடையில், சுபாஷ் சந்திர போஸ்தான் காரிய கமிட்டி உறுப்பினர்களை நியமிக்கவேண்டும் என்ற தீர்மானம் நிறைவேறியது. உடல் நலம் தேறியபிறகு, காங்கிரஸ் மகாசபையில் நடந்த தீர்மானத்தைப் பற்றி, காந்திக்கு ஒரு கடிதம் எழுதினார் போஸ். காந்தி, ‘நான் யாரையும் முன் மொழிய முடியாது, நீங்கள் யாரைவேண்டு மானலும் நியமித்துக்கொள்ளுங்கள்’ என்று பதில் எழுதினார்.

இந்த மாதிரியான போக்கால், காங்கிரஸில் தொடர்ந்து நீடிக்க வும் முடியாமல், வெளியேறவும் முடியாமல் அல்லாடினார் போஸ். ஒரு கட்டத்தில், தன் பதவியை ராஜினாமா செய்தார். அதற்குப் பிறகு, காங்கிரஸின் தலைவராக பாபு ராஜேந்திர பிரசாத் நியமிக்கப்பட்டார். வேடிக்கை என்னவென்றால், போஸ் முன்னிலையில் ராஜினாமா செய்திருந்த பன்னிரண்டு பேரும், மறுபடியும் காரிய கமிட்டி உறுப்பினர்களாக நியமிக்கப் பட்டார்கள்.

காங்கிரஸில் இருந்து போஸ் வெளியேறியதும், தேவர், தமிழகத்தில் நடந்த பல பொதுக்கூட்டங்களில் அதுபற்றிக் காரசாரமாகப் பேசினார். அவர் ராஜினாமாவுக்குக் காரணமாக இருந்த மிதவாதிகளைக் கடுமையாகத் தாக்கினார்.

சுபாஷ் சந்திர போஸ், காங்கிரஸில் இருந்து வெளியேறினாலும் அரசியலைவிட்டு வெளியேறவில்லை. ஒரு புதிய கட்சியை உரு வாக்கத் திட்டமிட்டார். 1939, ஜூன் 22 அன்று கல்கத்தாவில் தன் னுடைய ஆதரவாளர்களையெல்லாம் திரட்டினார். 'ஃபார்வர்ட் பிளாக்' என்ற புதிய கட்சியைத் தொடங்கினார். என்.ஜி. ரங்கா, நாரிமன், சரத் சந்திரபோஸ், கவிஷர், சேனாதிபதி பாபட், முத்துராமலிங்க தேவர் ஆகியோர் மத்திய கமிட்டி உறுப்பின ரானார்கள்.

சுபாஷ் சந்திர போஸ், 'ஃபார்வர்ட்' பத்திரிக்கையில் எழுதிய தலையங்கம் பலரை ஈர்த்தது. அந்தத் தலையங்கத்தில் இடதுசாரி ஜனநாயக சக்திகளை ஓரணியில் திரட்டப் போவதாகவும், காங்கிரஸ் கட்சிக்குள் உண்மையான ஒற்றுமையை உருவாக்கப் போவதாகவும், பரிபூரண சுதந்தரப் போராட்டத்தை உடனே தொடங்கப் போவதாகவும் சொல்லியிருந்தார் போஸ். பல காங்கிரஸ் தொண்டர்கள், ஃபார்வர்ட் பிளாக்கில் இணைந்தனர்.

பல ஊர்களுக்குச் சென்று, பல கூட்டங்களில் பேசிவிட்டு, சுபாஷ் சந்திரபோஸ் சென்னைக்கு வந்தார். 1939 செப்டெம்பர் 3 அன்று அவரை வரவேற்க ஒரு காங்கிரஸ் தொண்டர்கூட வரவில்லை. போகக்கூடாது என்று கட்டளை போட்டிருந்தார் தமிழக காங்கிரஸ் தலைவர் சத்தியமூர்த்தி.

எங்கே தங்குவது? சீனிவாச அய்யங்கார் தம் வீட்டில் சுபாஷை தங்கச் சொன்னார். 'சங்கு' பத்திரிகையின் ஆசிரியரான சங்கு கணேசன் தன் வீட்டில் வந்து சுபாஷ் தங்கவேண்டும் என்று விரும்பினார். சுபாஷ், சங்கு கணேசன் வீட்டிலேயே தங்கினார்.

மாலை. சென்னை கடற்கரை. ஆயிரக்கணக்கான மக்கள் திரண்டிருந்தார்கள். சீனிவாச அய்யங்கார் கூட்டத்துக்குத் தலைமை. அந்தக் கூட்டத்தில், ஃபார்வர்ட் பிளாக்கின் தமிழ்நாடு கிளையைத் தொடங்கி வைத்தார் சுபாஷ் சந்திர போஸ். அதற்குத் தலைவராக முத்துராமலிங்க தேவரை நியமித்தார். கூடவே, 'தென்னாட்டு போஸ்' என்ற பட்டத்தையும் தேவருக்குக் கொடுத்தார்.

தேவர், சுபாஷ் சந்திர போஸ் மீது அளவற்றப் பற்றுக் கொண்டிருந்தார். அதற்குக் காரணம், அவர் தேச விடுதலையில் காட்டிய தீவிரமான போக்கு. அதே சமயம் காந்திஜியும் மிதவாதிகளும் பிரிட்டிஷாரின் போக்கிலேயே போய் சுதந்தரம் பெறும் யோசனையில் இருந்தார்கள்.

இரண்டாம் உலகப் போர் ஆரம்பித்திருந்தது. அந்தச் சமயத்தில் தான் பிரிட்டன், ஜெர்மனி மீது போர் தொடுத்திருந்தது. இந்தியாவும், பிரிட்டனும் இணைந்து ஜெர்மனி மீது போர் தொடுத்திருப்பதாக அறிவித்தது ஆங்கிலேய அரசு. காந்திஜி, சிம்லாவில் வைஸ்யராயை சந்தித்தார். போர் தொடர்பாக எந்த ஒப்பந்தமும் அவர் செய்துகொள்ளவில்லை. அதோடு, 'நான் அஹிம்சா வழியில் முழு நம்பிக்கை வைத்திருப்பவன்' என்று சொல்லிவிட்டார்.

இது இடதுசாரி சிந்தனைகள் உள்ளவர்களுக்குக் கடும் கோபத்தை ஏற்படுத்தியது. வைஸ்யராயை சந்தித்தும் இந்திய விடுதலை பற்றி காந்தி ஏதும் பேசாதது அவர்களுக்குக் கோபத்தை வரவழைத்திருந்தது. நேருகூட பிரிட்டனுக்கு, ஜனநாயக நாடு என்ற முறையில் இந்தியா ஆதரவு தரவேண்டும் என்றார். ஆனால், சுபாஷோ இந்தச் சந்தர்ப்பத்தில் பிரிட்டனுக்கு ஆதரவு கொடுக்காமல் இருந்தால், அப்படியாவது இந்தியாவுக்கு சுதந்தரம் கிடைத்துவிடும் என்று நம்பினார்.

தமிழகம் முழுக்க தேவரும் நேதாஜியும் சுற்றுப் பயணம் செய்து பிரசாரம் செய்யத் திட்டமிட்டார்கள். உலகப் போர் மூண்டுவிட்டதால் அந்தப் பயணம் கைவிடப்பட்டது. ஆனாலும் நேதாஜி, மதுரைக்கு மட்டும் வருவதற்கு ஒப்புக்கொண்டார்.

1939, செப்டெம்பர் 6 அன்று மதுரையில் மிகப் பெரிய ஊர்வலம் நடந்தது. ஊர்வலத்தின் முடிவில் மாபெரும் பொதுக்கூட்டம். நேதாஜியும் முத்துராமலிங்க தேவரும் ஒரே மேடையில் தோன்றினார்கள். அந்தக் கூட்டத்தில், தேவர் சிங்கம் போல முழங்கினார்.

'பரிபூரண சுயராஜ்யம் அடைய விரும்புகிற எல்லோரும் நேதாஜி சுபாஷ் சந்திர போஸைப் பின்பற்ற வேண்டும். அவர் ஆணையை ஏற்க வேண்டும். அதற்காக எந்தத் தியாகத்துக்கும் தயாராக இருக்கவேண்டும்' என்றார்.

ஒருமுறை கேரள மாநிலத்தில் உள்ள நொச்சியூருக்குப் போயிருந் தார் தேவர். அங்கே சுவாமி சித்தானந்தர் ஓர் ஆஸ்ரமத்தை நடத்திக் கொண்டிருந்தார். அங்கு நடந்த ஆன்மிக விழாவில் தேவர் பேச ஏற்பாடாகியிருந்தது. 'பராசக்தி' என்னும் தலைப்பில் பேசினார் தேவர். பேசி முடித்துவிட்டு அறைக்குத் திரும்பினார். அடுத்த நாள் காலையில் ஊருக்குக் கிளம்பிக் கொண்டிருக்கும்போது அவரைப் பார்க்க யாரோ வந்திருப்ப தாகத் தகவல் வந்தது. வரச் சொன்னார்.

வந்தவர் 'ஏழிசை மன்னர்' என்று அழைக்கப்பட்ட எம்.கே. தியாகராஜ பாகவதர். அந்த சமயத்தில் அவருக்குப் பார்வை பறிபோயிருந்தது. அவர், தேவரைத் தொட்டுத் தொட்டுப் பார்த்தார். 'தேவர்வாள்! உங்களைப் பார்க்கவேண்டும் என்று பல தடவை நினைப்பேன். ஆனால் முடியவில்லை. இப்போது, பார்வை போனபிறகு, உங்களைத் தொட்டுப் பார்க்கும் சந்தர்ப்ப மாவது கிடைத்ததே!' இப்படிச் சொல்லி நெகிழ்ந்து போனார் பாகவதர்.

'ஐயா! உங்களுக்கு ஒரே ஒரு பாட்டை பாடிக் காண்பிக்க ஆசையாக இருக்கிறது. அனுமதி தாருங்கள்!' என்று கேட்டார் பாகவதர்.

'ரயிலுக்கு நேரமாகிக்கொண்டிருக்கிறதே..! இன்னொரு சந்தர்ப்பத்தில் பார்ப்போம்'

'ஒரு காலத்தில் பெரிய பெரிய தலைவர்கள் எல்லாம் என்னைப் பாடச் சொல்லும்போது, முடியாது என்று நான் மறுத்த காலமும் உண்டு. இன்றைக்கு நானே வலிய வந்து பாடுகிறேன் என்று கேட்கிறேன். நீங்கள் வேண்டாம் என்கிறீர்கள்' என்று நொந்து கொண்டார் பாகவதர்.

தேவர் நெகிழ்ந்து போனார். பாடச் சொன்னார். பாகவதர் பாடினார். முதல் பாடல் முருகன் மேல். அப்படியே நெக்குருகிக் கேட்டுக் கொண்டிருந்தார் தேவர். அன்றைக்குப் பத்துப் பாடல்கள் பாடினார் பாகவதர். ரயிலைத் தவறவிட்டார் தேவர்.

8

மூன்று மணி நேர ஆங்கிலம்

> ‘விவேகம் அற்ற வீரம், முரட்டுத் தனம்; வீரம் அற்ற விவேகம் கோழைத்தனம் - என்று முழங்கிய தோடு மட்டுமின்றி, நடைமுறைப் படுத்தியும் காட்டியவர் தேவர்.’
>
> **– செல்வி. ஜெ. ஜெயலலிதா,**
> **முன்னாள் தமிழக முதல்வர்**

முத்துராமலிங்க தேவர் எந்த மேடையில் பேசினாலும், அவர் பேசியதை முழுக் குறிப்பும் எடுத்து மேலிடத்துக்கு அனுப்பு வதில் கவனமாக இருந்தார்கள் போலீஸ்காரர்கள். அவர் பேசிய பல பேச்சுகள், ஆங்கிலேய அரசுக்கு எதிராக இருந்தன. அதற்காக வழக்குப் போடுவதும், தேவர் ஜாமீனில் வெளி வருவதும் வெகு சாதாரண நிகழ்வாக ஆகியிருந்தன.

அந்தச் சமயத்தில் மூன்று வழக்குகள், தேவரின் மேல் இருந்தன. 27.6. 1936 அன்று அருப்புக்கோட்டையில் பேசிய உரை. பெரு நாழியில் 26.7.1938 அன்று அவர் பேசிய பேச்சு. உசிலம்பட்டி யில், 18.6.1939 அன்று பேசிய மேடைப் பேச்சு. இந்த மூன்றுக்காக வும் அவர் மேல் வழக்கு நிலுவையில் இருந்தது. அதோடு, மதுரை நெசவாலை வேலை நிறுத்தத்தின்போது அவர் மீது போடப்பட்ட ஜாமீன் வழக்கும் இருந்தது. இதை விசாரித்த

அதிகார வர்க்கம், 'தேவர் ஒரு போராளி; ஆபத்தான மனிதர்' என்று முத்திரை குத்தி, ஓர் அரசாணையை வெளியிட்டது. அவரை சுதந்தரமாக நடமாட முடியாமல், பேச முடியாமல் முடக்கி வைக்கப் பார்த்தது அரசு.

'தேவர் மதுரையிலேயே தங்கியிருக்கவேண்டும். பொது மேடைகளில் பேசக்கூடாது. உத்தரவு ரத்தாகும் வரை மதுரையை விட்டு வேறு எங்கும் போகக்கூடாது' என்று ஆணையிட்டிருந்தது அரசு.

தேவர், சுபாஷுடன் நெருக்கமாக இருந்தவர். ஜாமீன் வழக்கு முடிந்தாலும் எப்படியாவது அவரை சிறையில் தள்ளவேண்டும் என்ற முடிவில் இருந்தது அரசு. 'நான் எனது எஸ்டேட்டில் விவசாய வேலைகளை கவனிக்க வேண்டியிருக்கிறது. அதனால் என் சொந்த ஊருக்குப் போகிறேன்' என்று ஒரு கடிதத்தை எழுதி கலெக்டருக்கு அனுப்பிவிட்டு, மதுரையில் இருந்து ரயில் ஏறினார் தேவர்.

அவர் சொந்த ஊருக்குப் போகும் வழியில், திருபுவனத்தில் ஒரு பெரிய போலீஸ் படையுடன் காத்திருந்தார் மாவட்ட போலீஸ் அதிகாரி. தேவர் பயணம் செய்த ரயில் திருபுவனம் வந்து சேர்ந்தது. போலீசார் அவரைக் கைது செய்தனர். தடை உத்தரவை மீறியதற்காக, பதினெட்டு மாதச் சிறைத் தண்டனை விதிக்கப் பட்டது. அவர் திருச்சி சிறையில் அடைக்கப்பட்டார். அந்தச் சமயத்தில், பலத்த பாதுகாப்புடன் வீட்டுக் காவலில் வைக்கப் பட்டிருந்தார் சுபாஷ். சதா போலீஸ் அவரை கண்காணித்துக் கொண்டே இருந்தது. எப்படியோ தப்பித்து, இந்தியாவிலிருந்து ஜெர்மனிக்குப் போனார்.

அவர் தப்பித்த செய்தி, ஒரு வாரம் கழித்துத்தான் ஆங்கிலேய அரசுக்குத் தெரியவந்தது. ஃபார்வர்ட் பிளாக் கட்சியைத் தொடங்கியபோதே, சுபாஷ் சந்திர போஸ், ராணுவப் போராட்டம் நடத்தத் திட்டமிருந்தார். அதற்காக வார் கவுன்சில் ஒன்றையும் உருவாக்கியிருந்தார். அதில், சுபாஷ், அவருடைய சகோதரர் சரத் போஸ், லாலா சங்கர்லால், எஸ், சீனிவாச அய்யங்கார், தேவர் ஆகியோர் உறுப்பினர்களாக இருந்தார்கள். இந் நிலையில், தேவர் வெளியே இருந்தால் ஆபத்து என்று நினைத்தது ஆங்கிலேய அரசு.

திருச்சி சிறையில் இருந்து தேவர் விடுதலையானார். ஆனால், சிறை வாசலிலேயே திரும்பவும் கைது செய்யப்பட்டார்.

பாதுகாப்புச் சட்டப்படி அவரைக் கைது செய்ததாகச் சொன்னது அதிகார வர்க்கம். வேலூர், அலிப்புரம், ராஜமுந்திரி, அமராவதி என்று பல சிறைகளுக்கு மாற்றப்பட்டார். இறுதியாக, மத்திய மாகாணத்தில், ராணுவ முகாமில் இருந்த 'டாமோ' சிறையில் அவரை அடைத்தார்கள்.

1942ஆம் ஆண்டு, ஜூன் மாதம் 22ஆம் தேதி. ஃபார்வர்ட் பிளாக் கட்சியைத் தடை செய்தது அரசு. கட்சியைச் சேர்ந்தவர்களை இரவோடு இரவாகக் கைது செய்து சிறையில் அடைத்தது.

கிழக்காசிய நாடுகள் சிலவற்றையும், பிரிட்டிஷ் காலனிகளையும் ஜப்பான் அப்போது கைப்பற்றியிருந்தது. ஒரு பக்கம் உலகப் போர் நடந்துகொண்டிருந்ததால், ஜெர்மனியில் இருந்த சுபாஷால் இந்திய விடுதலைப் போரைத் தொடங்க முடியவில்லை.

ஜெர்மனியில் 'ஃப்ரீ இந்தியா செண்டர்' என்ற அமைப்பை ஆரம்பித்தார் போஸ். 'ஆசாத் ஹிந்த்' என்னும் பெயரில் வானொலி சேவையையும் தொடங்கினார். வானொலி மூலமாக பிரிட்டன், அமெரிக்க ஏகாதிபத்திய அரசாங்கங்களுக்கு எதிராகப் பிரசாரம் செய்தார்.

ஒரு கட்டத்தில் அங்கே இருக்க முடியாதவராக, ஹிட்லரை சந்தித்துப் பேசினார். தன்னை உடனே சிங்கப்பூருக்கு அனுப்பி வைக்கவேண்டும் என்று கேட்டுக்கொண்டார். ஹிட்லர் அரசு உதவியது. ஜப்பானுடன் தொடர்புகொண்டு பேசினார். ஜெர்மனியிலிருந்து நீர்மூழ்கிக் கப்பல் வழியாக ஜப்பானுக்கு வந்து சேர்ந்தார் போஸ்.

ஜப்பானில் 'இந்திய தேசிய ராணுவம்' என்ற ராணுவத்தை அமைத்தார். ஆட்களைத் திரட்டினார். அந்தப் படையைக் கொண்டு ஆங்கிலேயர்களை இந்தியாவில் இருந்து விரட்டப் போவதாக அறிவித்தார்.

ராணுவத்தில் தேவரை நேரடியாகப் பங்கேற்கச் செய்ய வேண்டும் என்பது சுபாஷ் சந்திர போஸின் விருப்பம். ஆனால், அந்தச் சமயத்தில் அவரோடு தொடர்பு ஏற்படுத்திக் கொடுக்க சீனிவாச அய்யங்கார் உயிரோடு இல்லை. அதோடு, இரண்டாவது உலகப் போர் முடிவுக்கு வரும் வரை தேவர் சிறையில்தான் இருந்தார்.

இந்திய தேசிய ராணுவம், பிரிட்டனுடன் போரில் இறங்கியது. ஆனால், சுபாஷுக்கு உதவி செய்த ஜப்பான் பலத்த அடி வாங்கியது. ஹிரோஷிமா, நாகசாகி அணுகுண்டு வீச்சில் பேரிழப்பைச் சம்பாதித்திருந்தது. இதன் காரணமாக, சுபாஷ் இந்திய விடுதலைப் போரைத் தாற்காலிகமாகக் கைவிட வேண்டிய சூழல் ஏற்பட்டது. தலைமறைவாக இருக்கவேண்டிய சூழல். விமானத்தில் ஏறித் தப்பித்தார்.

விமானம் விபத்துக்குள்ளானது. *1945*, ஆகஸ்ட் *23*. சுபாஷ் சந்திரபோஸ் இறந்துவிட்டதாக ஜப்பான் அறிவித்தது. *1945*, செப்டெம்பர் *4*ஆம் தேதி ஜப்பான் சரணடைந்தது. அதற்கு அடுத்த நாள் தேவர் விடுதலையானார்.

கிட்டத்தட்ட ஆறாண்டு காலம் சிறையில் இருந்து விடுதலை யான பின், தேவர் ஆன்மிகத்தில் அதிக நாட்டம் கொண்டார். ஆன்மிகச் சொற்பொழிவுகள் நிறையச் செய்தார். பாமரர்களும் கேட்டுப் புரிந்துகொள்ளும் வகையில் வெகு எளிமையாக இருந்தது அவருடைய சொற்பொழிவு.

யோகம், கருமயோகம், ஞானம் ஆகியவற்றைப் பற்றியெல் லாம், திருமூலர் திருமந்திரம், திருப்புகழ், தேவாரம், திருவாசகம் ஆகியவற்றின் துணையோடு விரிவாகச் சொற்பொழிவு செய்தார். பேசும்போது, தாயுமானவர், ராமலிங்க சுவாமிகள் அத்தனைபேரின் கருத்துகளையும் வெகு அழகாகச் சொல்வார் தேவர். அதே போல, ஒரு நாள் பேசியதை அடுத்த நாள் பேச மாட்டார். புதிது புதிதாக அவருடைய பேச்சில் விஷயங்கள் வந்து கொண்டே இருக்கும். இந்த விவரங்களை அவர் எங்கிருந்து, எப்படிச் சேகரிக்கிறார் என்பது அவருக்கு மிக நெருக்கமானவர் களுக்கே புரியாத புதிர்.

★

1942, ஆகஸ்ட் *9* அன்று பம்பாயில் கூடிய காங்கிரஸ் மகா சபை, வெள்ளையனே வெளியேறு தீர்மானத்தை நிறைவேற்றியது. அதன் தொடர்ச்சியாக, நாடெங்கும் தலைவர்கள் கைது செய்யப் பட்டு சிறையில் அடைக்கப்பட்டார்கள். அதில், மகாத்மா காந்தி யும் அடக்கம். தேசமே கொந்தளித்து எழுந்தது. எங்கு பார்த்தாலும் கிளர்ச்சி. அரசு அலுவலகங்கள், தபால் அலுவலகங்கள் அடித்து நொறுக்கப்பட்டன. கொளுத்தப்பட்டன. ரயில் தண்டவாளங்கள் பெயர்க்கப்பட்டன.

‘இது என்னுடைய அஹிம்சா கொள்கைக்கு எதிரான போராட்டம்’ என்று சிறையில் இருந்தபடியே சொன்னார் காந்தி. காங்கிரஸ் கட்சியும் எதிர்ப்புத் தெரிவித்தது. அந்தச் சமயத்தில், ராஜாஜி ஓர் அறிக்கையில் இப்படிச் சொல்லியிருந்தார்: ‘இது காலிகளின் போராட்டம்.’

என்னதான் இருந்தாலும் தலைவர்களைக் கைது செய்ததற்காகத் தானே இந்தப் போராட்டம் நடந்தது. அது எப்படி அதில் ஈடு பட்டவர்களை ‘காலிகள்’ என்று வர்ணிக்கலாம்? வருத்தப் பட்டார்கள் போராட்டத்தில் ஈடுபட்ட பலபேர். அதைப் பெரிய அவமானம் என்றே நினைத்தார்கள்.

அதனால், தமிழகத்தில் பல காங்கிரஸ்காரர்கள் ராஜாஜி மேல் அதிருப்தி கொண்டிருந்தார்கள். மறுபடியும் ராஜாஜியின் தலைமை தமிழகத்தில் ஏற்படக்கூடாது என்று நினைத்தார்கள். காங்கிரஸ் ஊழியர் மாநாடு நடத்தத் திட்டமிட்டார்கள்.

தேவர் உதவியோடு, திருப்பரங்குன்றத்தில் ‘தமிழ்நாடு காங்கிரஸ் ஊழியர் மாநாடு’ நடந்தது. நெல்லை மாவட்ட தியாகி யக்ஞேஸ்வர சர்மா தலைமை தாங்கினார்.

மாநாட்டில், ராஜாஜியின் மேல் நம்பிக்கையில்லா தீர்மானத்தை தேவர் கொண்டு வந்தார். ராஜாஜி சொன்ன சமாதானத்தை தேவர் ஏற்றுக்கொள்ளவில்லை. அதே சமயம், காமராஜருக்கு ஆதரவு அளித்தார்.

தீர்மானத்தை முன் மொழிந்த தேவர் வேறு எதுவும் பேசாமல் அமர்ந்துவிட்டார். யார் யாரோ அவரைப் பேசச் சொல்லி வற்புறுத்தினார்கள். தேவர் எழுந்தார்.

‘என்னுடைய பேச்சுத் திறமையால் இந்தத் தீர்மானம் நிறைவேறுவதாக இருந்தால், தமிழ்நாடே குட்டிச்சுவராகட்டும்! இதுதான் என் தீர்மான விளக்க பிரசங்கம்.’ இப்படிச் சொல்லிவிட்டு மேடையிலேயே அமர்ந்துவிட்டார்.

அதற்குப் பிறகு புதுக்கோட்டை வல்லத்தரசு, கும்பகோணம் எஸ்.ஏ. ரஹீம் போன்றவர்கள் பேசினார்கள். அந்தச் சமயம் கோபால்சாமி என்பவர் ஓடி வந்தார். நேராக தலைவர் யக்ஞேஸ்வர சர்மாவிடம் போய் நின்றார்.

'ஐயா! காந்திஜியிடம் இருந்து ஒரு கடிதம் வந்திருக்கிறது. அதை நான் படிக்க அனுமதி வேண்டும்.'

சர்மா தேவர் என்ன சொல்வாரோ என்று அவரைப் பார்த்தார். தேவர், 'ஆகட்டும்!' என்பது போல் தலையசைத்தார். சர்மா அனுமதி வழங்கினார்.

கோபால்சாமி படிக்க ஆரம்பித்தார். 'தமிழ்நாடு காங்கிரஸ் ஊழியர்கள் ராஜாஜியை புறக்கணிக்கக்கூடாது. இந்த நேரத்தில், அவருடைய சேவை, தமிழ்நாட்டுக்கும் பாரதத்துக்கும் அவசியம் தேவைப்படுகிறது.'

காங்கிரஸ் ஊழியர்கள் காந்திஜியின் வார்த்தையை அப்படியே வேதவாக்காக மதிப்பவர்கள். ஆனால், அவர்களை யோசிக்கக் கூட விடவில்லை தேவர். எழுந்தார்.

'இதே காந்திஜி எனக்கும் ராஜாஜிக்கும் உள்ள வித்தியாசம், வெண்ணெய்க்கும், சுண்ணாம்புக்கும் உள்ள வித்தியாசம் என்று கூறி உள்ளார். அதையும் கவனத்தில் கொண்டு பரிசீலியுங்கள்!'

அதற்குப் பிறகு மறு பேச்சில்லை. தேவரின் தீர்மானம், (ராஜாஜி மேல் நம்பிக்கை இல்லா தீர்மானம்) ஓட்டுக்கு விடப்பட்டது. பெரும்பாலானோரால் ஆதரிக்கப்பட்டு, நிறைவேற்றப்பட்டது.

அன்றைக்கு மட்டும் தேவர், கொஞ்சம் ராஜாஜியின் வார்த்தைக்குச் செவி சாய்த்திருந்தால், காமராஜர் தலைமைப் பதவிக்கு வந்திருக்க முடியாது. தமிழ்நாட்டின் முதல்வராகவோ, அகில இந்திய காங்கிரஸின் தலைவராகவோ, பிரதமரையே தேர்ந்தெடுக்கும் 'கிங் மேக்கர்' ஆகவோ ஆகியிருக்க முடியாது.

★

1945ஆம் ஆண்டு, உலக யுத்தம் முடிந்துவிட்டாலும், ஒருவேளை நேதாஜி சுபாஷ் சந்திரபோஸ் இன்னும் உயிரோடுதான் இருக்கிறாரோ என்று சந்தேகப்பட்டது ஆங்கிலேய அரசு. அதனால், தொடர்ந்து காங்கிரஸ் தலைவர்களோடு பேச்சு வார்த்தையில் ஈடுபட்டது.

'இந்தியாவுக்கு டொமினியன் அந்தஸ்து தந்துவிடுகிறோம். அதற்குப் பிறகு பிரிட்டிஷ் தலைமையிலான ஜனநாயக ஆட்சி நடக்கும்' என்றெல்லாம் காங்கிரஸ் தலைவர்களிடம் பேச்சு வார்த்தை நடத்தியது.

அதே சமயம், தேவர் நேதாஜியைத் தேடிக்கொண்டிருந்தார். அவர் எப்படியும் உயிரோடுதான் இருக்கவேண்டும் என்பது அவருடைய நம்பிக்கை. அப்படிப்பட்ட ஒரு மாவீரருக்கு, அவ்வளவு சீக்கிரத்தில் மரணம் சாத்தியமில்லை என்று அவர் நம்பினார்.

நேதாஜியைப் பற்றித் தெரிந்துகொள்வதற்காகவே, இரண்டு முறை வட மாநிலத்துக்குச் சென்றார். நேதாஜியின் சகோதரர் சரத் பாபுவையும், வேறு சில நம்பிக்கையான தலைவர்களையும் பார்த்துப் பேசிவிட்டு வந்தார்.

திருப்பரங்குன்றத்தில் 'தமிழ்நாடு காங்கிரஸ் ஊழியர்கள் மாநாடு' முடிந்த கையோடு, 1946ல் தமிழகத்தில் சட்டசபைத் தேர்தல் வந்தது. தேவர் முதுகுளத்தூர் தொகுதியில் போட்டியிட்டார். போட்டியின்றித் தேர்ந்தெடுக்கப்பட்டார். 'ஆந்திரகேசரி' என்று அழைக்கப்படும் பிரகாசம் தலைமையில், மந்திரி சபை அமைக்கப்பட்டது. மந்திரிகள் தேர்ந்தெடுக்கப்பட்டார்கள். அவர்களுக்கான துறைகள் ஒதுக்கப்பட்டன.

பிரகாசத்துக்கு தேவருக்கு ஒரு மந்திரி பதவி கொடுக்க வேண்டும் என்று ஆசை. தொழில்துறைக்கு தேவர்தான் பொருத்தமானவர் என்று அவர் நினைத்தார். நேரில் சென்று தேவரைப் பார்த்தார். இரண்டு முறை. அப்படியும் அந்தப் பதவியை ஏற்க தேவர் மறுத்துவிட்டார்.

அந்தச் சமயத்தில், அவர் மனது முழுக்க நிறைந்திருந்தவர் நேதாஜி. தன் தலைவர், தலைமறைவாக எங்கேயோ இருக்கிறார். வெகு சீக்கிரத்தில் வந்துவிடுவார். அவர் வந்ததும், அவர் சொல்கிற வேலைகளைச் செய்வதுதான் தன் கடமை என்று நினைத்தார். அதனால்தான் 'மந்திரி பதவியே வேண்டாம்' என்று முடிவெடுத்திருந்தார்.

நேதாஜி குறித்த எண்ணங்கள் சதா அலை மோத, கொஞ்சம் சோர்வடைந்திருந்தார் தேவர். மதுரையில்கூடத் தங்காமல், புளிச்சிகுளத்துக்கு வந்தார். கிட்டத்தட்ட இரண்டாண்டு காலம், 1946 தொடங்கி 1948 வரை அங்கேயே தங்கியிருந்தார். கிட்டத்தட்ட வனவாசம் போல. அவர் எந்த அரசியல் நிகழ்ச்சியிலும் கலந்துகொள்ளவில்லை. அரசியல்வாதிகளைச் சந்திக்கவில்லை. அரசியல்கூடப் பேசவில்லை.

1947, ஆகஸ்ட் *15*. தேசமே சுதந்தரத்தைக் கொண்டாடிக் கொண்டிருந்தது. ஃபார்வர்ட் பிளாக் கட்சி கொண்டாடவில்லை. அது, உண்மையான சுதந்தரமில்லை என்று நினைத்தார் தேவர். அன்று மட்டுமல்ல; இன்றைக்கு வரைக்கும் ஃபார்வர்ட் பிளாக் சுதந்தரத்தைக் கொண்டாடுவதில்லை.

நாடே சுதந்தரத்தைக் கொண்டாடியபோது புளிச்சிகுளத்தில் இருந்தார் தேவர். யாரோ சுதந்தரத்தைப் பற்றிக் கருத்துக் கேட்டபோது இப்படிச் சொன்னார்: 'கை ராட்டை சுற்றினால் நூல்தான் வரும். சுதந்தரம் வராது.'

★

1948. ஃபார்வர்ட் பிளாக் காங்கிரஸில் இருந்து பிரிந்து தனிக் கட்சியானது. அதே ஆண்டு ஜில்லா போர்டு தேர்தல் நடந்தது. தேவர், இரண்டாண்டு வனவாசத்தை முடித்துக்கொண்டு அரசியல் களத்தில் இறங்கினார். காங்கிரஸுக்கு எதிராகக் களமிறங்கினார். கமுதி தொகுதியில் குருவன் செட்டியாரையும், சாயல்குடி தொகுதியில் சேதுராமன் செட்டியாரையும் தம் கட்சி வேட்பாளர்களாக நிறுத்தினார்.

தேவர் சார்பாக நிறுத்தப்பட்ட இரண்டுபேருமே வெற்றி பெற்றார்கள். தேவர், அந்தத் தேர்தலில் ஒரு புது யுக்தியைக் கையாண்டார். இரண்டு தொகுதிகளுமே மறவர் இன மக்கள் அதிகமாக வாழ்கிற பகுதி. அப்படிப்பட்ட தொகுதிகளில், செட்டியார் இனத்தைச் சார்ந்தவர்களை நிறுத்தி வெற்றி பெற்றார். அதுதான் தேவருடைய செல்வாக்கு.

அந்தத் தேர்தலில், மதுரை, ராமநாதபுரம், திருநெல்வேலி மாவட்டங்களில், காங்கிரஸை எதிர்த்து நின்ற சுயேச்சை களுக்கும் கம்யூனிஸ்டுகளுக்கும் ஆதரவாக பிரசாரம் செய்தார். அந்தத் தொகுதிகளில், காங்கிரஸ் தோல்வியடைய தேவருடைய பிரசாரமும் ஒரு காரணமாக அமைந்தது.

1949, ஜனவரி *23*. நேதாஜியின் பிறந்த நாளைக் கொண்டாடும் விதமாக மதுரை தமுக்கம் மைதானத்தில் ஒரு பொதுக்கூட்டத் துக்கு ஏற்பாடு செய்தார். இரண்டரை ஆண்டுகள் இடை வெளிக்குப் பின் தேவர் கலந்துகொள்ளும் பொதுக்கூட்டம். அவருடைய பேச்சைக் கேட்க, கிட்டத்தட்ட மூன்று லட்சம்பேர் கூடினார்கள்.

அந்தக் கூட்டத்தில், 'நேதாஜி சுகமாக இருக்கிறார். அவர் விமான விபத்தில் இறந்துவிட்டார் என்று சொன்னது பொய். சரியான நேரத்தில், மக்கள் மத்தியில் அவர் தோன்றுவார். இன்றுவரை எனக்கும் அவருக்கும் தொடர்பு இருக்கிறது' என்று தேவர் சொன்னபோது, கூட்டம் ஆரவாரம் செய்தது.

அன்றைய தினம் தேவர் 'நேதாஜி' என்ற வார இதழைத் தொடங்கினார். அந்தப் பத்திரிகைக்கு ஆசிரியரும் அவர்தான். மதுரை, தமுக்கம் மைதானக் கூட்டத்துக்குப் பிறகு, தென் மாவட்டங்களில் சுற்றுப் பயணம் செய்தார் தேவர். பல பொதுக்கூட்டங்களில் பேசினார். ஒவ்வொரு கூட்டத்திலும் நேதாஜி உயிரோடு இருக்கிறார் என்பதை உறுதிபடச் சொன்னார்.

1949. டிசம்பர். நேதாஜியின் சகோதரர் சரத் சந்திர போஸிடம் இருந்து தேவருக்கு தொலைபேசி அழைப்பு வந்தது.

'உடனே என்னை வந்து பாருங்கள்!'

தேவர், கல்கத்தாவுக்குக் கிளம்பிப் போனார். சென்னை சென்ட்ரல் ரயில் நிலையம் வரை கூடவே வந்து வழியனுப்பி வைத்தார், அவருடைய ஆத்ம நண்பர் சசிவர்ண தேவர். போனவர், கிட்டத் தட்ட ஓராண்டு காலம் கடந்த பிறகும் ஊர் திரும்பவில்லை.

ஒருவேளை தேவர் சென்னையில் தங்கியிருக்கலாம் என்று நெருக்கமானவர்கள் நினைத்தார்கள். சென்னையில் அவர் தங்கும் இடங்களில் எல்லாம் விசாரித்துப் பார்த்தார்கள். அவர் அங்கே வரவேயில்லை என்று பதில் வந்தது. என்ன ஆகி யிருக்கும் அவருக்கு? பல்வேறுவிதமான யூகங்கள் கிளம்பின. அந்தச் சமயத்தில், தேவர் இறந்து போய்விட்டார் என்று அவர் படத்துக்கு மாலை அணிவித்து, மரியாதை செய்யும் காரியங் களும்கூட நடந்தன.

உண்மையில், தேவர் நேதாஜியின் சகோதரர் சரத் சந்திர போஸ் உதவியால் இந்திய எல்லையைக் கடந்து சீனா எல்லைக்குப் போயிருந்தார். ஆனால், எதற்கு என்று யாருக்கும் தெரிய வில்லை. பிறகு, அங்கே ஒரு வருட காலம் இருந்துவிட்டுத் திரும்பினார்.

திரும்பி வரும்போது, சிக்காங்கிலிருந்து கேரளா வழியாக இந்தியாவுக்குள் நுழைந்தார். திருவனந்தபுரத்தில் இருந்து,

வள்ளியூர் வந்தார். அதற்கு அருகே இருந்த மகேந்திரபுரியில் சில நாள்கள் தங்கியிருந்தார். பிறகு, மீண்டும் திருவனந்தபுரம். அங்கிருந்து பாலக்காடு. அந்த இடத்திலிருந்து பொள்ளாச்சி. பிறகு, பழனி மார்க்கமாக மதுரை.

தேவர் திரும்பி வந்தபோது, அவர் உருவமே மாறியிருந்தது. முகத்தில் எப்போதும் இருக்கும் மீசை இல்லை. பாகவதர் போலத் தோளைத் தொடுமளவுக்கு முடி தொங்கியது. அவர் கொண்டு வந்திருந்த இரண்டு பெட்டிகளிலும் கம்பளி ஆடைகள் இருந்தன.

1951. ஜனவரி 23. நேதாஜி பிறந்த நாளில் மதுரை பொதுக் கூட்டத்தில் பேசினார் தேவர். 'நேதாஜி பத்திரமாக இருக்கிறார். சீனா, திபெத் எல்லையோரமாக இருக்கிற சிக்காங் என்ற இடத்தில் இருக்கிறார். அவரைத் தேடித்தான் நான் போனேன். அவரை நேரடியாகச் சந்தித்தேன்' என்று சொன்னார்.

★

தேவர், பழனிக்கு அடிக்கடி வருவார். முருகப் பெருமானை தரிசனம் செய்வார். அவ்வப்போது, முருகனின் படைவீடு களுக்குச் சென்று வருவார். கந்தசஷ்டி விழாவின்போது ஆன்மிக சொற்பொழிவு ஆற்றுவார். ஆன்மிக சொற்பொழிவு மட்டு மல்ல. அந்தக் காலத்தில் தேவருடைய அரசியல் மேடைப் பேச்சு கள் வெகு பிரசித்தம். அவர் மேடையில் உணர்ச்சிவசப்பட்டுச் சொல்வதை அப்படியே ஏற்று, செயலாற்ற பல்லாயிரக்கணக் கானவர்கள் தயாராக இருந்தார்கள்.

அவர் படித்தது அந்தக் காலத்து ஆறாம் படிவம்தான். என்றாலும், பள்ளியைத் தாண்டி, பல புத்தகங்களைத் தேடிப் படித்து தனது ஆங்கில அறிவையும் விருத்தி செய்திருந்தார்.

ஒரு முறை, 'நவ இந்தியா' பத்திரிக்கையில், தேவருக்கு ஆங்கிலத்தில் பேசவராது என்ற பொருள்பட ஒரு செய்தி வந்தது. அன்றைய கூட்டத்தில் உலக அரசியலைப் பேசத் தொடங்கிய தேவர், கிட்டத்தட்ட முக்கால் மணி நேரத்துக்கு ஆங்கிலத் திலேயே உரையாற்றினார். அதுவும் சுத்தமான, பேராசிரியர்கள் கூடப் பேசத் திணறும் ஆங்கிலம்.

அவர் ஆங்கிலத்தில் உரையாற்றிய இன்னொரு சம்பவமும் உண்டு. அது 1954ஆம் ஆண்டு. காசி இந்து சர்வ கலா சாலையில்

தேவர் ஒரு கூட்டத்தில் கலந்துகொண்டார். சர். சி.பி. ராமசாமி அய்யர் அந்தக் கூட்டத்துக்குத் தலைமை தாங்கினார். தேவர் ஆற்றவேண்டிய சொற்பொழிவின் தலைப்பு 'இந்து மதம்.' மாணவர்களிடையே பேசவேண்டிய சொற்பொழிவு. தேவர் மூன்று மணி நேரம் ஆங்கிலத்தில் உரையாற்றினார். அமைதி யோடும் ஆர்வத்தோடும் கேட்டார்கள் மாணவர்கள்.

சர். சி.பி. ராமசாமி அய்யர் முடிவுரை ஆற்றும்போது சொன்னார். 'என் போன்ற சிலரால்தான் ஆங்கிலேயர்களுக்குச் சமமாக ஆங்கிலத்தில் உரையாற்ற முடியும் என்று நினைத்திருந்தேன். தேவர் பேச்சைக் கேட்டபிறகு, என் கருத்து தவறு என்கிற முடிவுக்கு வந்துவிட்டேன். ஆங்கிலேயர்களே திகைத்துப் போகும் அளவுக்கு ஆங்கிலத்தில் உரையாற்றிய தேவரைப் பார்த்து ஆச்சரியப்படுகிறேன், பொறாமைப்படுகிறேன். இப்பேர்ப்பட்ட ஆங்கிலப் புலமை படைத்தவரை இவ்வளவு காலம் தெரிந்து கொள்ளாததற்காக வருத்தப்படுகிறேன். ஆங்கிலம், உலகத்தை ஆண்டது. ஆனால், தேவர் ஆங்கிலத்தை மூன்று மணி நேரம் அடக்கி ஆண்டார்.'

மாணவர்கள் அவரிடம் ஆட்டோகிராப் கேட்டார்கள். அதில், கையெழுத்துப் போடுவதற்கு முன் தேவர் இப்படி எழுதினார்: 'அரசியலில் நேதாஜியையும் ஆன்மிகத்தில் விவேகானந்தரையும் பின்பற்றுங்கள்!'

★

அது வீர சாவர்க்கர் விடுதலை செய்யப்பட்டிருந்த நேரம். அவர் நாடு முழுவதும் சுற்றுப் பயணம் செய்துகொண்டிருந்தார். தமிழகத்துக்கும் வந்தார். திருநெல்வேலியில் பேசினார். பொதுக்கூட்டத்தில் அவர் பேசியபோது அனல் பறந்தது. அந்தக் கூட்டத்தில், ஒரு காந்தியவாதி வீரசாவர்க்கருக்கு ஒரு வரவேற்புப் பத்திரத்தை வாசித்தார். 'சாவர்க்கர் போன்ற தீவிரவாதிகளைக்கூட காந்தி அடிகளின் அஹிம்சைக் கொள்கை மாற்றிவிட்டது' என்று அந்த வரவேற்புப் பத்திரத்தில் ஒரு வரி இருந்தது.

சாவர்க்கர் அதற்கு பதில் சொன்னார். 'தவறு. நான் என்னுடைய தீவிரவாத கொள்கையிலிருந்து இம்மி அளவுகூட மாறவில்லை. இங்கே நான் ஒரு வெடிகுண்டையோ, துபாக்கியையோ கொண்டு வராததற்குக் காரணம், சட்டம் அதை அனுமதிக்காது

என்பதுதான். மற்றபடி என் தீவிரவாதம் அப்படியேதான் இருக்கிறது.'

இந்தப் பேச்சு பெரிய பரபரப்பைக் கிளப்பிவிட்டது. இப்படிப் பேசியதால், எப்போது வேண்டுமானாலும் சாவர்க்கர் கைது செய்யப்படலாம் என்றுகூடப் பலர் நினைத்தார்கள்.

எங்கே அவர் இருக்கும் மேடையில் போய் உட்கார்ந்தால், நம்மையும் தீவிரவாதி என்று முத்திரை குத்தி விடுவார்களோ என்று நிறையபேர் பயந்தார்கள். ஆங்கிலேய அரசு, அந்தமான் சிறைக்கு அனுப்பினாலும் அனுப்பிவிடும் என்று அச்சப்பட்டார் கள். அதனாலேயே அவர் கூட்டத்துக்குப் போகாமல் ஒதுங்கி னார்கள்.

சாவர்க்கர், திருநெல்வேலியில் இருந்து மதுரைக்கு வந்தார். அவர் ஒரு பொதுக்கூட்டத்தில் பேச ஏற்பாடு செய்யப் பட்டிருந்தது. அன்றைய ஆர்.எஸ்.எஸ். இயக்கத்தின் தமிழ்நாடு, கேரள மாநிலங்களின் பொதுச் செயலாளராக இருந்த தட்சிணாமூர்த்தி என்கிற அண்ணாஜி, சாவர்க்கருக்கு ரயில்வே ஸ்டேஷனில் சிறப்பான வரவேற்புக் கொடுத்தார்.

ஏற்கெனவே, பொதுக்கூட்டத்தில் தலைமை தாங்குவதற்கு ஒருவரை ஏற்பாடு செய்திருந்தார்கள். அவர் கடைசி நேரத்தில் ஒதுங்கிவிட்டார். இனி யாரைத் தலைமை தாங்க அழைப்பது ஆர்.எஸ்.எஸ். இயக்கத்தினர் குழப்பத்தில் ஆழ்ந்தார்கள். அண்ணாஜி தேவரிடம் போனார். விஷயத்தைச் சொன்னார். தேவர் யோசிக்கவே இல்லை. தலைமை தாங்க மகிழ்ச்சியோடு ஒப்புக்கொண்டார்.

தலைமை உரையாற்றும்போது தேவர் சொன்னார்: 'விநாயக தாமோதர சாவர்க்கரின் தீவிரவாதக் கொள்கையை நான் ஏற்றுக்கொள்கிறேன். அதனால் வரும் விளைவுகளையும் நான் ஏற்றுக்கொள்கிறேன்.' சாவர்க்கர் பேசுகிறபோது, தேவரை 'தென்னாட்டு திலகர்' என்று அழைத்தார். மேடையில் வைத்து சாவர்க்கர் சொன்னார். 'தேவர் போன்ற தீவிரவாதிகள் நாடு முழுவதும் தோன்ற வேண்டும்.'

தேவருக்கு ஆர்.எஸ்.எஸ். இயக்கத்தின் மேல் அபிமானம் இருந்தது. தமிழகத்தில் அது நன்கு வளரவில்லையே என்கிற ஆதங்கம் இருந்தது. ஆர்.எஸ்.எஸ். வளர்ச்சிக்காக ஐயாயிரம்

ரூபாய் நன்கொடை கொடுத்தார். ஆர்.எஸ்.எஸ்.ஸின் இரண்டாவது தலைவர் கோல்வாக்கரை தமிழ்நாட்டுக்கு வரும் சமயங்களில் அவரைப் போய் சந்தித்து, பேசிவிட்டு வருவார்.

கோல்வாக்கரின் 51வது பிறந்த நாளை முன்னிட்டு மதுரையில் நடந்த நிகழ்ச்சிக்கு தேவரே தலைமை தாங்கினார். அவரது ஒவ்வொரு பிறந்தநாளுக்கும் தந்தியில் வாழ்த்துச் செய்தி அனுப்புவார் தேவர்.

9

கடவுளை மறுப்பவரும் கடவுளைத் துதிப்பவரும்

'முத்துராமலிங்கம் என்ற பெயரே இரண்டு தத்துவங்களை வெளியிடுகிறது. வெள்ளையனை எதிர்த்து வீரம் விளைவித்த வடுகநாதரைப் பற்றிக் கூறினார்கள். அவரது முழுப் பெயர் முத்து வடுகநாதர்! 'முத்து' என்ற பெயரைக் கொண்டதன் மூலம் தேவர் அந்த வீரத்தைப் பிரதிபலிப்பவராக இருந்தார். 'ராமலிங்கம்' என்பது அமைதியைக் குறிக்கும் தத்துவப் பெயராக விளங்கியது.'

– தமிழக முதல்வர் மு. கருணாநிதி

இந்தியா விடுதலை பெற்ற பிறகு, 1952ஆம் ஆண்டுதான் நம் நாட்டில் பொதுத் தேர்தல் நடைபெற்றது. சட்டமன்றம், பாராளுமன்றம் இரண்டுக்குமான தேர்தல். அந்தத் தேர்தலின் போது, 21 வயது நிரம்பியவர்கள் எல்லோருக்கும் ஓட்டுப் போடும் உரிமை கிடைத்தது. கட்சிகளுக்கு தனிச் சின்னங்கள் ஒதுக்கப்பட்டன.

தமிழகத்தில், காங்கிரஸ் கட்சிக்கு எதிர்ப்புத் தெரிவிக்கும் அணியில் தேவர் முக்கியமானவராக இருந்தார். அதே போல, காங்கிரஸை எதிர்ப்பவர்கள் யாராக இருந்தாலும், எந்தவித நிபந்தனையும் இல்லாமல் அவர்களை ஆதரித்து பிரசாரம் செய்தார். கடவுள் மறுப்புக் கொள்கையுடைய பெரியார், ஆன்மிகவாதி தேவர் இருவரும் ஒரே மேடையில் பல தொகுதிகளில் பிரசாரம் செய்தனர்.

ஃபார்வர்ட் பிளாக் கட்சியின் சின்னம் சிங்கம். தேவர், ஒரே நேரத்தில் அருப்புக்கோட்டை பாராளுமன்றத் தொகுதிக்கும், முதுகுளத்தூர் சட்டமன்றத் தொகுதிக்கும் வேட்புமனு தாக்கல் செய்தார். அவரை எதிர்த்து, காங்கிரஸ் சார்பில் முதுகுளத்தூரில் வக்கீல் சண்முகசுந்தரமும், அருப்புக் கோட்டையில் குலாம் மைதீனும் போட்டியிட்டார்கள்.

வேட்புமனுத் தாக்கல் செய்த தேவர், தன் தொகுதியில் மட்டும் தங்கியிருக்கவில்லை. தமிழகம் முழுக்க பிரசாரம் செய்தார். தென் தமிழகத்தில் அதிக கவனம் செலுத்தினார். 1937-ல் காங்கிரஸ் வெற்றிபெறுவதற்காக பிரசாரம் செய்த தேவர், இந்தத் தேர்தலில் அது தோல்வியடைவதற்காக பிரசாரம் செய்தார்.

அந்தத் தேர்தலில், முத்துராமலிங்க தேவர் அருப்புக்கோட்டை பாராளுமன்றத் தொகுதி, முதுகுளத்தூர் சட்டமன்றத் தொகுதி - இரண்டிலுமே வெற்றி பெற்றார். மொத்த சட்டமன்ற தொகுதி கள் 376. அதில் காங்கிரஸ் 367 தொகுதிகளில் போட்டியிட்டு, 152 தொகுதிகளில் மட்டுமே வெற்றி பெற்றிருந்தது. ஆனாலும், ராஜாஜி தலைமையிலான காங்கிரஸ் கட்சிதான் ஆட்சி அமைத்தது.

தேவர், சட்டமன்றத் தொகுதி, நாடாளுமன்றத் தொகுதி இரண்டி லும் வெற்றி பெற்றிருந்தாலும், ஏதாவது ஒன்றை ராஜினாமா செய்யவேண்டிய கட்டாயத்தில் இருந்தார். அதுதான் சட்டமும்.

தேவர், அருப்புக்கோட்டை நாடாளுமன்றத் தொகுதி உறுப்பினர் பதவியை ராஜினாமா செய்தார். அந்தத் தொகுதிக்கு இடைத் தேர்தல் வந்தது. ஃபார்வர்ட் கட்சி சார்பாக, எம்.டி. ராமசாமி செட்டியாரை நிறுத்தினார். காங்கிரஸ் ராஜாத்தி குஞ்சிதபாதம் அம்மையாரை நிறுத்தியது.

பொதுவாக, இடைத்தேர்தல் என்பது ஆளும் கட்சியைப் பொறுத்தவரை கௌரவப் பிரச்னை. எப்படியாவது வெற்றி பெற்றுவிடவேண்டும் என்று களத்தில் இறங்கியிருந்தது காங்கிரஸ். காமராஜர், ராஜாஜி, மத்திய, மாநில அமைச்சர்கள் என்று எத்தனையோ பேர் தேர்தல் பிரசாரத்தில் ஈடுபட்டார்கள்.

எல்லாவற்றையும் கடந்து, எம்.டி. ராமசாமி செட்டியார் கிட்டத்தட்ட இருபதாயிரம் வாக்குகள் வித்தியாசத்தில் வெற்றி பெற்றார்.

இரண்டாண்டுகள்தான் ராஜாஜியின் ஆட்சி நீடித்தது. அவருக்கும் கட்சிக்குள் ஏற்பட்ட எதிர்ப்புகள் காரணமாக, அவர் பதவி விலகவேண்டி வந்தது. அதற்குக் காரணமும் இருந்தது. அவரவர்கள் ஜாதித் தொழில்கலை அவரவர்களே கற்கவேண்டும் என்று சொல்லி, குலக் கல்வித் திட்டத்தைத் தம் கட்சியினர் அனுமதியில்லாமல் கொண்டுவர ஏற்பாடு செய்தார் ராஜாஜி.

அந்தச் சமயத்தில், **1954**ல், மொழிவழி மாநிலங்களாகப் பிரித்தார்கள். சென்னை மாகாணத்தில் இருந்த ஆந்திரப் பகுதி ஆந்திராவுடனும், கேரளப் பகுதி, கேரளாவுடனும், கர்நாடகப் பகுதி கர்நாடகத்துடனும் இணைக்கப்பட்டது. தமிழகம் 'சென்னை மாகாணம்' என்றுதான் அழைக்கப்பட்டது. அண்ணா ஆட்சிப் பொறுப்புக்கு வந்த பிறகுதான் 'தமிழ்நாடு' என்று பெயர் மாற்றினார்.

சென்னை மாகாணத்தில் ராஜாஜி அமைச்சரவை கவிழ்ந்திருந்த சூழல். காங்கிரசுக்கு பெரும்பான்மை இருந்ததால் அமைச்சரவை அமைக்க வாய்ப்பும் இருந்தது. புதிய அமைச்சரவை, புதிய முதலமைச்சர். காமராஜர் அந்தச் சந்தர்ப்பத்தைப் பயன்படுத்திக் கொண்டார். அந்தச் சமயத்தில் குலக் கல்வி முறையைக் கொண்டு வந்ததற்காக நிறையபேர் ராஜாஜியின் மேல் அதிருப்தி கொண்டிருந்தார்கள். அதைச் சரியாகப் பயன்படுத்திக் கொண்டார் காமராஜர். பெரியார், அண்ணா ஆகியோருடைய ஆதரவைப் பெற்றார். மற்ற கட்சித் தலைவர்களிடமும் பேசி ஆதரவைப் பெற்றார்.

ஒருவர்தான் பாக்கி. அவர், முத்துராமலிங்க தேவர். ஏனோ, தேவரை நேரடியாக எதிர்கொள்ள காமராஜருக்குக் கொஞ்சம் தயக்கமாக இருந்தது. டாக்டர் பி. வரதராஜுலு நாயுடுவை தேவரிடம் அனுப்பினார். தேவரை சந்திக்க ஏற்பாடு செய்யும்படிக் கேட்டுக்கொண்டார்.

வரதராஜுலு நாயுடு, காமராஜருக்கு நெருங்கிய நண்பர். தேவருக்கும் நெருங்கிய நண்பர். நாயுடு, தேவரை சந்தித்தார். ஆனால், விஷயத்தை நேரடியாகச் சொல்லவில்லை.

'தேவர்வாள்! உங்களை காமராஜர் சந்திக்க விரும்புகிறார். எப்போது, எங்கே சந்திக்கலாம் என்று கேட்டு வரச் சொன்னார்.'

'ஐயா! உங்களைப் போன்ற பெரிய மனிதர்கள் எல்லாம் காமராஜர் இல்லத்துக்குப் போய்ப் பார்க்கும் அளவுக்கு இருக்கிறது

நிலைமை. அடியேன் அப்படியெல்லாம் செய்ய முடியாது. அதற்காக, 'காமராஜரை என்னை வந்து பார்க்கச் சொல்லுங்கள்' என்று அகம்பாவத்தோடும் சொல்லவும் நான் தயாரில்லை. அவரும் என்னை வந்து பார்க்க வேண்டாம். நானும் அவரைத் தேடிப் போய்ப் பார்க்க வேண்டாம். இரண்டு பேருக்கும் பொதுவாக இருக்கும், சென்னையில் இருக்கும் உங்கள் வீட்டில் சந்திப்போம்.'

அடுத்த நாள் மதியம், டாக்டர் வரதராஜுலு நாயுடு வீட்டில் விருந்துக்கு வருவது என்றும், விருந்துக்குப் பிறகு பேசுவது என்றும் முடிவானது. அடுத்த நாள். வரதராஜுலு நாயுடு வீட்டில் விருந்து. தேவரும் காமராஜரும் சந்தித்தார்கள். சாப்பிட்டார்கள்.

சாப்பிட்டு முடித்ததும், தேவர் ஓர் இருக்கையில் அமர்ந்தார். அவருக்கு நேரே இருந்த இருக்கையில் வரதராஜுலு நாயுடுவும் காமராஜரும் அமர்ந்தார்கள். சிறிது நேரம் அமைதி நிலவியது. தேவரே அமைதியை உடைத்தார்.

'ஏதோ பேசவேண்டும் என்று சொன்னீர்கள். எதுவும் பேசாமல் இருந்தால் எப்படி?'

'உங்களுக்கே தெரியும். சென்னை மாகாணம், தனியாகத் தமிழர்களை மட்டுமே கொண்ட மாகாணமாக அமைக்கப்பட்டுவிட்டது. அதனால், புதிய மந்திரி சபையை அமைக்கவேண்டிய பொறுப்பு நமக்கு இருக்கிறது. அதே சமயத்தில், புதிய மந்திரி சபை பிராமணர் அல்லாதோர் மந்திரி சபையாக இருக்க வேண்டும் என்று காமராஜர் விரும்புகிறார். அதற்குத் தங்கள் கருத்தைக் கேட்க விரும்புகிறார். அதற்குத்தான் இந்தச் சந்திப்பு.'

தேவருக்கு விஷயம் புரிந்துவிட்டது. எங்கு சுற்றி, எங்கே போய் இந்தப் பேச்சு முடியும் என்பதும் தெரிந்துவிட்டது.

'ரொம்பச் சரி. யாரைத் தலைவராக வைத்து மந்திரி சபை அமைக்கப் போகிறீர்கள்?'

'யாரைத் தலைவராக அமர்த்தலாம் என்று நீங்கள் நினைக்கிறீர்கள்?'

தேவருக்கா இந்தக் கேள்விக்கு பதில் புரியாது? சட்டென்று பதில் சொன்னார்.

'வட மாகாணங்களில் இருந்து பெரிய தலைவர்கள் வரும்போது, காமராஜருக்காக நீங்கள்தான் அவர்களுடன் பேசுகிறீர்கள். காமராஜருக்காக நீங்கள்தான் எல்லா ஆங்கிலக் கடிதங்கலையும் எழுதித் தருகிறீர்கள். அவ்வளவு திறமை உங்களுக்கு இருக்கிறது. நீங்களும் பிராமணர் அல்லாதவர். உங்கள் தலைமையிலேயே மந்திரி சபையை அமைக்கலாமே?'

இந்த பதிலைக் கேட்டு டாக்டர் வரதராஜுலு நாயுடு திடுக்கிட்டுப் போனார். தேவரை சந்திக்க ஏற்பாடு செய்யும்படி, அவரிடம் சொன்னவர் காமராஜர். தன் பெயரைச் சொல்லச் சொல்லி, தானே தேவரிடம் கேட்டுக்கொண்டு, அதனால்தான் தேவர் இப்படிச் சொல்கிறார் என்று காமராஜர் நினைத்தால் என்ன ஆகும்? நிலைமை தர்மசங்கடம்தானே! அதனால் பதறிப் போனவராகப் பேசினார் நாயுடு.

'இல்லை இல்லை. காமராஜர் முதலமைச்சர் ஆகவேண்டும் என்று விரும்புகிறார். அதற்குத் தங்களுடைய ஆதரவு வேண்டும் என்று நினைக்கிறார். அதை உங்களிடம் கேட்பதற்காகத்தான் இந்தச் சந்திப்பு.'

தேவர், ஒரு கணம் காமராஜரை ஆழமாகப் பார்த்தார். பின் சட்டென்று எழுந்துகொண்டார்.

'தமிழ்நாடு காங்கிரஸ் கமிட்டி தலைவர் பதவியோடு காமராஜர் நின்றுகொண்டால் அடியேனுக்கு ஆட்சேபணை இல்லை. மந்திரி சபைக்கு வெளியே எந்தப் பதவியில் அவர் இருந்தாலும் பரவாயில்லை. முதலமைச்சராக ஆக ஆசைப்படுவது நல்லதல்ல. அதெல்லாம் படித்தவர்கள் உட்கார்ந்து நிர்வாகம் பார்க்க வேண்டிய இடம். நான் வருகிறேன்.'

கிளம்பிப் போய்விட்டார் தேவர்.

ஆனாலும், காமராஜர் நினைத்தது நடந்தது. சி. சுப்ரமணியமும் காமராஜரும் முதல்வர் பதவிக்குப் போட்டியிட்டார்கள். சி. சுப்ரமணியத்துக்கு 49 ஓட்டுகள் கிடைத்தன. 93 ஓட்டுகள் பெற்று காமராஜர் அமைச்சரவை அமைத்தார். முதல்வரானார்.

காமராஜர், பெரும்பான்மை பலத்தோடு ஆட்சி செய்யவேண்டும் என்று விரும்பினார். தமிழ்நாடு உழைப்பாளர் கட்சி 19 உறுப்பினர்களைக் கொண்டிருந்தது. அதன் தலைவர் ராமசாமி படையாச்சிக்குத் தன் அமைச்சரவையில் இடம் கொடுத்தார்.

அதோடு, ராமநாதபுரம் சண்முக ராஜேஸ்வர சேதுபதிக்கும், தன்னை எதிர்த்துப் போட்டியிட்ட சி.சுப்ரமணியத்துக்கும் அமைச்சரவையில் இடம் கொடுத்தார்.

தேவருக்கு ஏனோ காமராஜரை சட்டமன்றத்தில் சந்திப்பது பிடிக்கவில்லை. பல சட்டமன்றக் கூட்டங்களைத் தவிர்த்தார். **1956**ஆம் ஆண்டு மத்தியில், சட்டமன்ற உறுப்பினர் பதவியை தேவர் ராஜினாமா செய்தார்.

★

தேவர் ஒரு விவசாயியும்கூட என்பது தெரியுமா? முப்பத்திரண்டரை கிராமம் அவருக்குச் சொந்தமாக இருந்தன. அவருக்குச் சொந்தமாகக் கிட்டத்தட்ட ஒரு லட்சம் பனை மரங்கள் இருந்தன. அந்தக் காலத்தில் ஜமீன்தாரர்களுக்கு சொந்தமான நிலங்களில் வேலை பார்க்கும் விவசாயிகளின் கஷ்டங்களை நேரில் பார்த்து உணர்ந்தார் தேவர். அந்த விவசாயிகளுக்காகக் குரல் கொடுக்க முடிவெடுத்தார். 'தமிழ்நாடு ஜமீன் விவசாயிகள் சங்கம்' என்ற ஒரு சங்கத்தைத் தொடங்கினார். பல கூட்டங்களை நடத்தி, அவர்களுடைய பிரச்னைகளைப் பேசினார்.

மாநிலம் தழுவிய விவசாயிகள் சங்க மாநாட்டை ராஜபாளையத்தில் நடத்தினார். என்.ஜி.ரங்கா, கேரள கம்யூனிஸ்ட் தலைவர்கள் ஈ.எம்.எஸ். நம்பூதிரி பாட், ஏ.கே. கோபாலன், தமிழக கம்யூனிஸ்ட் தலைவர்கள் பி. ராமமூர்த்தி, ஜீவானந்தம், சீனிவாச ராவ் ஆகியோர் அந்த மாநாட்டில் கலந்துகொண்டார்கள்.

அந்த மாநாடு நடப்பதற்கு முதல் நாள் ராஜாஜி தலைமையில், அதே ராஜபாளையத்தில் ஓர் அரசியல் மாநாடு நடந்திருந்தது. அந்த மாநாட்டைவிட தேவர் நடத்திய விவசாயிகள் மாநாட்டுக்குப் பெரும் திரளான கூட்டம் திரண்டிருந்தது. விவசாயிகளுடைய பல்வேறு பிரச்னைகளை தேவர் மாநாட்டில் முன் வைத்தார். அதோடு, 'ஜமீன்தாரி முறை ஒழிக்கப்பட வேண்டும்' என்ற கோரிக்கையையும் வைத்தார்.

அதன் எதிரொலியாக தமிழகமெங்கும் சுவர்களில் 'ஜமீன் ஒழிக' என்று எழுதி வைத்தார்கள் விவசாயிகள். அதற்குப் பிறகு, காங்கிரஸ் கட்சியும், தேர்தல் அறிக்கையில், 'ஜமீன்தாரி முறையை ஒழிப்போம்!' என்று வாக்குறுதி கொடுத்தது.

'ஆந்திரகேசரி' என்று அழைக்கப்படும் பிரகாசம் தலைமையில் ஜமீன் முறையை ஒழிப்பதற்காக ஒரு கமிட்டியை அமைத்தது காங்கிரஸ். அந்த கமிட்டி நாடெங்கும் சுற்றுப் பயணம் மேற் கொண்டது. ஜமீன்தார்களால் விவசாயிகள் படும் கஷ்டங்களை உணர்ந்து, ஓர் அறிக்கையையும் வெளியிட்டது. அதன் பின்னர், 'ஜமீன்தாரி முறை ஒழிப்புச் சட்டம்' சட்டசபையில் நிறை வேற்றப்பட்டது. ஜமீன்தாரி முறை ஒழிந்தது.

ராமநாதபுரம் பகுதியில் இருந்த ஜமீன்தாரர்களில் பலபேர் மறவர் இன மக்கள்தாம். ஜமீன்தாரி முறையை எதிர்த்த தேவர் அதைப் பற்றிக் கவலைப்படவே இல்லை.

★

நெல்லை மாவட்டத்தில் வடக்கன்குளம் என்று ஒரு கிராமம். ஆறுமுக நாவலர் வசித்தது இங்கேதான். வெகு காலமாகத் திட்டமிட்டு கிராமத்தில் ஒரு பிள்ளையார் கோயிலைக் கட்டி முடித்தார் இவர். கும்பாபிஷேகத்துக்கான ஏற்பாடுகளையும் செய்தார். அதே கிராமத்தில் கிறிஸ்தவர்களும் பெரும்பான்மை யாக வாழ்ந்து வந்தார்கள். அவர்களும் ஒரு பாதிரியாரும் சேர்ந்து கொண்டு, விநாயகர் கோயில் கும்பாபிஷேகத்தின்போது கலகம் செய்யப் போவதாக ஆறுமுக நாவலருக்குத் தகவல் கிடைத்தது.

அவர் பதறிப் போனார். மதக் கலவரம் மூண்டால் என்ன செய்வது? ஒரு கோயிலால் உயிர்ப்பலி ஏற்பட்டால் அதற்கு நாம்தானே பொறுப்பாவோம்? இப்படியெல்லாம் கவலைப் பட்டார். அந்தச் சமயத்தில் அவர் நினைவுக்கு வந்தவர் தேவர் தான். தேவருடைய சொல், எத்தனையோ ஆயிரம்பேரைக் கட்டுப்படுத்தும் மந்திரம் என்பதும் அவருக்குத் தெரியும். அவருக்கு தேவரையும் நன்கு தெரியும்.

தேவரைத் தேடிப் போனார் ஆறுமுக நாவலர். விஷயத்தைச் சொன்னார். பொறுமையாகக் கேட்டார் தேவர்.

'ஐயா கவலைப்படாதீர்கள்! குறிப்பிட்ட தினத்தன்று நானே வடக்கன்குளம் வருகிறேன். கும்பாபிஷேகத்தையும் நடத்தி வைக்கிறேன். போய் வாருங்கள்!'

'இனி பிரச்னை இல்லை' என்று நினைத்தபடி, மகிழ்ச்சியோடு கிளம்பிப் போனார் ஆறுமுக நாவலர்.

கும்பாபிஷேகம் நடக்கும் தினம் வந்தது. தேவர், வடக்கன்குளம் போனார். தேவர் ஓர் இடத்துக்குப் போகிறார் என்றால் சும்மாவா? அந்தச் சிறிய கிராமத்தில் கிட்டத்தட்ட ஐம்பதாயிரத்துக்கும் மேற்பட்ட மக்கள் திரண்டார்கள்.

அவர் போன பிறகு, எந்த இடைஞ்சலும் இல்லை. ஒரு சின்ன எதிர்ப்புக் குரல்கூட இல்லை. வெகு சிறப்பாக நடந்து முடிந்தது கும்பாபிஷேகம்.

கும்பாபிஷேகம் முடிந்ததும் முத்துராமலிங்க தேவர் பேசினார். 'எல்லா மதங்களும் இறைவனிடம் நம்மைக் கொண்டு போய்ச் சேர்க்கும் வெவ்வேறு பாதைகள். எல்லா மதத்தைச் சேர்ந்தவர்களுக்கும் அவரவர் மதத்தின் தத்துவங்களைப் பற்றிப் பேசவும், பரப்பவும் உரிமை இருக்கிறது. ஆனால், ஒரு மதத்தினர் நடத்தும் நிகழ்ச்சியை, வேற்று மதத்தவர்கல் தடுத்து நிறுத்த நினைத்தால், அது கேட்டைத்தான் விளைவிக்கும். எனவே, இங்கு வாழுகின்ற கிறிஸ்தவர்களுக்கும் அவர்களை வழிநடத்திச் செல்லும் பாதிரியார்களுக்கும் சொல்லுகிறேன். இனியொரு முறை இது போன்றத் தவறுகளைச் செய்யாதீர்கள்!'

★

1955ஆம் ஆண்டு தேவர் மீண்டும் பர்மாவுக்குப் பயணம் செய்தார். முதல் முறை கிடைத்ததைவிட சிறந்த வரவேற்பு அளிக்கப் பட்டது. அவருடன் சக்திமோகன், மூக்கையா தேவர், வேலு தேவர் ஆகியோர் சென்றிருந்தார்கள். தேவர் புத்தபிட்சுக்கள் தங்கும் மண்டபம் ஒன்றில் தங்கினார். அங்கே பதினைந்து நாள்கள் தங்கியிருந்தார். அவரைப் பார்ப்பதற்கு நிறையபேர் வந்தார்கள். பல ஊர்களுக்குப் போய் ஆன்மிகக் கூட்டங்களில் கலந்துகொண்டார் தேவர்.

பர்மாவில் இருந்தபோது, ஷான் ஸ்டேட் மன்னர் தேவரை அழைத்தார். அதை ஏற்று தேவரும் சென்றார், தனியாக. ஷான் ஸ்டேட், பர்மா, சீனா, அசாம் மூன்று எல்லைகளும் சந்திக்கக் கூடிய இடத்தில், ஒரு தனி ராஜ்ஜியமாக அமைந்திருந்தது.

பின்னர் நாடு திரும்பியதும், கல்கத்தாவில் ஒரு பேட்டி கொடுத்தார். அவர் ஷான் ஸ்டேட் போனபோது, பர்மா - சீனா எல்லைத் தகராறு சம்பந்தமாகப் பேச வந்த தூதுக் குழுவில்

நேதாஜி இருந்ததாகவும், அவரைப் பார்த்துப் பேசிவிட்டு வந்ததாகவும் தேவர் சொன்னார்.

ரங்கூன் நகரில் இருக்கிற முக்கியமான பகுதிகளில் ஒன்று காந்தம். அங்கே இருந்த பெரிய மைதானத்தில் நடந்த மாபெரும் பொதுக்கூட்டத்தில் தேவர் 'வங்கத்தின் புதல்வர்கள்' என்ற தலைப்பில் உரையாற்றினார். நேதாஜி, ராமகிருஷ்ண பரமஹம்சர், விவேகானந்தர் ஆகியோரைப் பற்றிய அந்த உரை, தேவர் ஆற்றிய மிகச் சிறப்பான உரைகளில் ஒன்று.

அப்போதைய பர்மா அதிபரை சந்தித்து, அவருக்கு திருக்குறள் புத்தகத்தைப் பரிசாகக் கொடுத்தார். தேவர், பர்மா வாழ் தமிழர்களிடம் கேட்டுக்கொண்டதெல்லாம் ஒன்றுதான்.

'பர்மா நாட்டு மக்களோடு மக்களாக வாழப் பழகிக்கொள்ளுங்கள். இல்லையென்றால், எதிர்காலத்தில் பல இன்னல்களுக்கு நீங்கள் ஆளாகவேண்டி வரும். இங்கே வாழ்ந்துகொண்டு, இந்த நாட்டுக்கு விரோதமாக எதையும் செய்யாதீர்கள்!'

★

'நேதாஜி உயிரோடு இருக்கிறார்' என்று கல்கத்தாவில் தேவர் பேசியது நேருவுக்குப் பெரிய தலைவலியைக் கொடுத்தது. நேதாஜி மரணம் பற்றிய செய்தியை ஒரு முடிவுக்குக் கொண்டுவர வேண்டும் என்பதற்காக, ஒரு விசாரணைக் கமிஷனை அமைத்தது அரசு. விசாரணைக் கமிஷனில், ஷா நவாஸ்கான், அந்தமான் ஹை கமிஷனராக இருந்த மொய்தாரா, நேதாஜியின் மூத்த சகோதரர் சுரேஷ் சந்திரபோஸ் ஆகியோர் இடம்பெற்றிருந்தார்கள். தலைவர் ஷா நவாஸ்கான்.

கமிஷன் முதலாவதாக விசாரணைக்கு அழைத்தது முத்துராமலிங்க தேவரைத்தான். தேவர் கமிஷனுக்குத் தன் கருத்தைச் சொன்னார்.

'நேதாஜி பற்றிய உண்மையை வெளிக்கொண்டு வருவது அவ்வளவு சாதாரண விஷயமில்லை. தற்போது பதவியிலிருக்கும் உச்ச நீதிமன்ற நீதிபதி ஒருவர் தலைமையில் விசாரணைக் கமிஷன் அமையவேண்டும். அதோடு, உலகம் முழுக்க எந்த இடத்துக்கு வேண்டுமானாலும் போய் விசாரணை செய்யும் அதிகாரம் கமிஷனுக்கு வழங்கப்படவேண்டும். அப்போதுதான் அது சாத்தியமாகும்.'

இந்திய அரசு தேவருடைய கருத்துக்குச் செவி சாய்க்கவில்லை. தேவர், மேலும் சில கேள்விகளை கமிஷனிடம் கேட்டார்.

'இரண்டாம் உலகப் போர் முடிந்த பிறகு, பிரிட்டிஷ், அமெரிக்க அரசாங்கங்களின் போர்க் குற்றவாளிகள் பட்டியலில் நேதாஜியின் பெயர் இருக்கிறதா? அப்படி ஒருவேளை இருந்து, தற்போது தலைமறைவாக இருக்கும் நேதாஜி, இந்தியாவுக்கு வந்தால், அவரை அந்த நாடுகளிடம் இருந்து காப்பாற்ற இந்திய அரசு உறுதி அளிக்குமா?'

'போர்க் குற்றவாளிகள் பட்டியல் பற்றி இந்த கமிஷனுக்குத் தெரியாது. ஒரு வார காலத்தில் பிரிட்டிஷ், அமெரிக்க அரசுகளிடம் விசாரித்துச் சொல்கிறோம்' என்றார் தலைவர் ஷா நவாஸ்கான்.

'சரி. கேட்டுச் சொல்லுங்கள்! அதற்குப் பிறகு வந்து என் சாட்சியத்தைச் சொல்கிறேன்' என்று சொல்லிவிட்டு வந்துவிட்டார் முத்துராமலிங்க தேவர்.

அந்தச் சமயத்தில் அருப்புக்கோட்டை தொகுதி ஃபார்வர்ட் பிளாக் எம்.பி.யாக இருந்தவர் எம்.டி. ராமசாமி செட்டியார். டெல்லியில், அவருடைய அறையிலேயே தங்கியிருந்தார் தேவர்.

ஒரு வாரம் முடிந்தது. தேவர், ஷா நவாஸ்கானிடம் தொலைபேசியில் பேசினார்.

'நான் கேட்டதற்கு பதில்?'

'நேதாஜியின் பெயர் உலகப் போர்க் குற்றவாளிகளின் பட்டியலில் இருக்கிறதா, இல்லையா என்ற விவரத்தை அறிந்துகொள்ள முடியவில்லை.'

'இந்த நிலையில் என்னால் கமிஷன் முன்பாக சாட்சியம் அளிக்க முடியாது.' தொலைபேசியை வைத்துவிட்டார் தேவர்.

அத்தோடு இந்த விஷயத்தை விட்டுவிடவில்லை தேவர். டெல்லியில் பத்திரிகையாளர்களை அழைத்துப் பேட்டி கொடுத்தார்.

'நேதாஜி இறக்கவில்லை. சுகமாக இருக்கிறார். அவருடன் இன்று வரை எனக்குத் தொடர்பு இருக்கிறது. இந்த விஷயத்தில்

நேருவுக்கு சந்தேகம் இருந்தால், அவரோ அல்லது அவருடைய பிரதிநிதியோ என்னுடன் வரட்டும். நான் நேதாஜி இருக்கும் இடத்துக்கே அழைத்துப் போய், நேதாஜியைக் காட்டுகிறேன்.'

டெல்லியில் இருந்த அத்தனை பத்திரிகைகளிலும் தேவர் கொடுத்த பேட்டி, தலைப்புச் செய்தியாக வெளியானது. அதன் உச்சக்கட்டமாக 'ஹிந்துஸ்தான் டைம்ஸ்' என்ற ஆங்கில நாளிதழ், தேவருடைய புகைப்படத்தைப் போட்டு, இந்த விஷயத்தை தலையங்கமாகவே எழுதியது.

'தேவர் சொல்கிறபடி, நேரு ஒரு பிரதிநிதியை தேவருடன் அனுப்பி, உண்மையை அறியவேண்டும். அப்படிச் செய்ய வில்லை என்றால், நேருவுக்கு, நேதாஜி விஷயத்தில் அக்கறை இல்லை என்று அர்த்தம். அது மட்டுமல்ல, நேதாஜி பற்றிய உண்மைகளை நேரு மறைக்க விரும்புகிறார் என்று மக்கள் நினைப்பார்கள்.'

நேருவோ, கமிஷனோ இது எதையும் செய்யவில்லை. அழுத்தம் திருத்தமாக அறிக்கை மட்டும் வெளியிட்டது. 'நேதாஜி இறந்தது உண்மைதான்.' அந்த அறிக்கையை, பார்லிமெண்ட்டில் வைத்து நிறைவேற்றினார் நேரு.

அத்தோடு அந்தப் பிரச்னை தீர்ந்துவிடவில்லை. இந்திராகாந்தி பிரதமரானதும் மறுபடியும் பூதம் போலக் கிளம்பியது. 'நவாஸ் கமிஷன் அறிக்கை நம்ப முடியாத ஒன்று. பிரதமர் மீண்டும் ஒரு விசாரணைக் கமிஷன் அமைக்கவேண்டும்.' இப்படி எழுதி 250 பாராளுமன்ற உறுப்பினர்கள் கையெழுத்துப் போட்டார்கள்.

இந்திரா காந்தியும், 1971ல் கோஸ்லா கமிஷனை நியமித்தார். ஆனால், அந்த கமிஷன் சீனாவுக்கோ, ரஷ்யாவுக்கோ, பார்மோசா தீவுக்கோ போகாமல், உட்கார்ந்த இடத்திலிருந்தே நம் நாட்டி லுள்ள சிலரை மட்டும் விசாரித்தது. 'நேதாஜி இறந்தது உண்மை' என்று அரசாங்கத்துக்கு அறிக்கையைச் சமர்ப்பித்தது.

10

இரட்டை வெற்றி

'சீர்முத்து ராமலிங்க தேவர் பெருமைதனை
பாரும் விசும்பும் பணிந்தறியும் - ஆரும்
அவருக்கு இணையில்லை அன்பு வடிவாய்
உவகையுடன் வாழ்ந்தார் உயர்ந்து.'

- கிருபானந்த வாரியார்

1957ஆம் ஆண்டு சட்டமன்றம், நாடாளுமன்றம் இரண்டுக்கு மான பொதுத் தேர்தல் நடந்தது. இந்தத் தேர்தலின்போது, அருப்புக்கோட்டை நாடாளுமன்றத் தொகுதி, ஸ்ரீவில்லிபுத்தூ ரோடு இணைக்கப்பட்டு, ஒரே தொகுதியானது. அப்படியாவது தேவர் தோல்வியைத் தழுவுவார் என்று எதிர்பார்த்தது காமராஜர் தலைமையிலான காங்கிரஸ். ஆனால், தேவர் கொஞ்சம்கூட மனம் தளரவில்லை. தேவர் சொன்னார்: 'தொகுதிகளின் எல்லையைத்தான் மாற்ற முடியும். மக்கள் மனதை ஒருபோதும் அவர்களால் மாற்றவே முடியாது.'

ஸ்ரீவில்லிபுத்தூர் நாடாளுமன்றத் தொகுதியிலும், முதுகுளத்தூர் சட்டமன்றத் தொகுதியிலும் தேவர் ஃபார்வர்ட் பிளாக் கட்சி சார்பாகப் போட்டியிட்டார். அந்தச் சமயத்தில், காமராஜர் மீது பல காங்கிரஸ்காரர்கள் அதிருப்தி கொண்டிருந்தார்கள். பலர்

காங்கிரஸைவிட்டு வெளியேறினார்கள். வெளியேறியவர்கள், காமராஜரை எதிர்க்கவும் முடிவு செய்தார்கள்.

ராஜாஜியிடம் போனார்கள். என்ன செய்வது என்று யோசனை கேட்டார்கள். அவரையே தலைமை ஏற்கச் சொன்னார்கள்.

'என்னால் வெளிப்படையாக காங்கிரஸை எதிர்க்க முடியாது' என்று சொல்லிவிட்டார் ராஜாஜி.

வந்தவர்கள் மேலும் வற்புறுத்தியவுடன் ஒரு யோசனை சொன்னார் ராஜாஜி.

'காமராஜரை எதிர்க்க தேவர் ஒருவரால்தான் முடியும். அவரைப் போய்ப் பாருங்கள். அவர் தலைமை ஏற்கச் சம்மதித்தால் காங்கிரஸை எதிர்த்து நிற்கலாம். இல்லையென்றால், காங்கிரஸ் கட்சிக்குள் இருந்தபடியே காமராஜரை எதிர்த்துப் போராடுவது தான் நல்லது.'

காமராஜ் எதிர்ப்பாளர்கள் மதுரைக்குக் கிளம்பிப் போனார்கள். தேவரைப் பார்த்தார்கள். தங்கள் ஆதங்கத்தையும், எதிர்பார்ப்பை யும் சொன்னார்கள். தேவர் அவர்களுக்கு நேரடியாக எந்த பதிலும் சொல்லவில்லை. 'நான் முதலில் ராஜாஜியுடன் பேசு கிறேன். பிறகு, என் முடிவைச் சொல்கிறேன்' என்று சொல்லி அவர்களை அனுப்பிவிட்டார்.

மறு நாள். தேவர், சென்னையில் இருந்த ராஜாஜியின் வீட்டுக்குப் போனார். கிட்டத்தட்ட நாற்பது நிமிடங்கள் பேசினார். இருவரும் பேசும்போது யாரும் உள்ளே அனுமதிக்கப்படவில்லை. தேவர், வெளியே வந்தபோது, ராஜாஜியும் வாசல்வரை வந்து வழியனுப்பி வைத்தார். இதைப் பார்த்துக்கொண்டிருந்த ராஜாஜியின் பேரன் கேட்டான். 'தாத்தா! நீங்க யாரையும் வாசல் வரைக்கும் வந்து வழியனுப்ப மாட்டீங்களே! யார் இவர்?'

'இவர்தான் பசும்பொன் முத்துராமலிங்க தேவர். இவர் நாவசை வுக்கு தென்பாண்டி நாடே அசையும்.'

அந்தச் சந்திப்புக்குப் பிறகு, தன்னை வந்து சந்தித்த காங்கிரஸ் எதிர்ப்பாளர்களுக்கு தேவர் ஆதரவு கொடுப்பதாகத் தெரிவித்தார். ராஜாஜி, தேவர் இருவருடைய ஆதரவோடு, காங்கிரஸ் கொடி யில் CRC (காங்கிரஸ் சீர்திருத்தக் கட்சி) என்ற எழுத்துகளைப்

பொறித்து, தேர்தலில் வேட்பாளர்களாக நின்றார்கள். இவர்கள், 'பொது வேட்பாளர்கள்' என்று அழைக்கப்பட்டார்கள். மொத்தம் 80 சட்டமன்றத் தொகுதிகளிலும், ஒரு சில நாடாளுமன்றத் தொகுதிகளிலும் போட்டி போட்டார்கள்.

அந்தத் தேர்தலில்தான் தி.மு.க. முதன் முதலாகத் தேர்தல் களத்தில் குதித்திருந்தது. ஐம்பது சட்டமன்றத் தொகுதிகளில் போட்டி போட்டது. காமராஜர், சாத்தூர் தொகுதியில் போட்டி யிட்டார். அவரை எதிர்த்து, பொது வேட்பாளராக ஜெயராம் ரெட்டியார் போட்டியிட்டார்.

சாத்தூர் தொகுதியில் தெலுங்கு பேசக்கூடிய நாயுடு, ரெட்டியார் இன மக்கள் கணிசமான எண்ணிக்கையில் இருந்தார்கள். அவர் களுடைய ஆதரவு ஜெயராம் ரெட்டியாருக்குக் கிடைக்கும்பட்சத் தில், காமராஜர் தோற்பது உறுதி என்றே எல்லோரும் நினைத் தார்கள்.

காமராஜருக்காக ஏராளமான காங்கிரஸ் தலைவர்கள், ஜீப் களிலும் கார்களிலும் பிரசாரத்தில் ஈடுபட்டனர். அந்த அளவுக்கு ஜெயராம் ரெட்டியாரால் பிரசாரம் செய்ய முடியவில்லை.

சாத்தூர் தொகுதியில் தேவர், ஜெயராம் ரெட்டியாருக்கு ஆதரவாகப் பிரசாரத்தில் இறங்கியபோது, மழை பெய்தது. கன மழை. தேவரால் திட்டமிட்டபடி, பல கிராமங்களுக்குப் போகமுடிய வில்லை. இவையெல்லாம் காமராஜருக்கு சாதகமாக அமைந்தன.

காமராஜர், மூவாயிரம் ஓட்டு வித்தியாசத்தில் ஜெயராம் ரெட்டியாரைத் தோற்கடித்தார். 50 இடங்களில் போட்டியிட்ட தி.மு.க. 15 இடங்களைக் கைப்பற்றியது. 80 தொகுதிகளில் போட்டியிட்ட சி.ஆர்.சி. எனப்படும் பொது வேட்பாளர்கள், 26 இடங்களில் வெற்றி பெற்றார்கள்.

முத்துராமலிங்க தேவர், முதுகுளத்தூர் சட்டமன்றத் தொகுதி யிலும், ஸ்ரீவில்லிபுத்தூர் நாடாளுமன்றத் தொகுதியிலும் வெற்றி பெற்றார். காங்கிரஸ், சென்னை மாகாணத்தில் மொத்தம் 204 இடங்களில் போட்டியிட்டு, 151 இடங்களைக் கைப்பற்றி யிருந்தது. காமராஜர் மீண்டும் தமிழக முதலமைச்சர் ஆனார். தேவர், சட்டமன்ற உறுப்பினர் பதவியை ராஜினாமா செய்தார். நாடாளுமன்றத்துக்குப் போனார்.

முதுகுளத்தூருக்கு இடைத் தேர்தல் நடந்தது. காங்கிரஸ் சார்பில், மாயனேரி பாஸ்கரன் அகம்படியார் போட்டியிட்டார். ஃபார்வர்ட் பிளாக் சார்பில், சசிவர்ண தேவர் போட்டியிட்டார். அந்தத் தேர்தலில், சசிவர்ண தேவர் 28,000 ஓட்டுகள் வித்தியாசத்தில் வெற்றி பெற்றார்.

★

1946ஆம் ஆண்டு, போட்டியின்றி முதுகுளத்தூர் சட்டமன்றத் தொகுதியில் தேவர் வெற்றி பெற்றார் இல்லையா? அதற்குப் பிறகு காங்கிரஸோடு முரண்பட்டு, வெளியேறினார். இதற் காகவே சமயம் பார்த்துக்கொண்டிருந்தது போல், ராமநாதபுரம் சேதுபதியும், வேறு சில நாடார்களும் நீதிக் கட்சியில் இருந்து விலகி, காங்கிரஸில் இணைந்தார்கள்.

அந்தக் காலக்கட்டத்தில் தேவேந்திர இன மக்கள் காங்கிரஸி லேயே இருந்தார்கள். தேவர், ஃபார்வர்ட் பிளாக் கட்சி ஆரம்பித்த போது, பெரும்பான்மை மறவர் இன மக்கள் அவருக்கு ஆதரவு கொடுத்தார்கள்.

மறவர்களுக்கும் தேவேந்திரர்களுக்கும் கட்சி ரீதியாகச் சில மோதல்கள் ஏற்பட்டபோதெல்லாம் அது சாதிய பிரச்னை யாகவும் உருவெடுத்தது. அங்கொன்றும் இங்கொன்றுமாக இரு இன மக்களுக்கும் அவ்வப்போது மோதல்கள் வெடித்தன. சொல்லப் போனால் இரு இன மக்களுமே வறுமையின் பிடியில் இருந்தவர்கள்தான்.

பல காலமாக இரு இனத்தவர்களும் ஒற்றுமையாக வாழ்ந்தவர் கள். விவசாயப் பணிகளில் மறவர்களும் தேவேந்திரர்களும் ஒருவருக்கொருவர் ஒத்துழைப்புக் கொடுத்து ஒன்றுபட்டு வேலை பார்த்தவர்கள். சாதி என்கிற கொடிய பேய் அவர் களுக்குள் பகைமையைப் புகுத்தியிருந்தது.

இந்த இடத்தில் தேவேந்திரர்களின் தலைவர்களில் ஒருவரான இம்மானுவேல் தேவேந்திரர் பற்றித் தெரிந்துகொள்ள வேண்டியது அவசியமாகிறது. ராமநாதபுரம் மாவட்டம், முதுகுளத்தூர் வட்டத்தில் இருக்கும் செல்லூர் என்னும் ஊரில், 1924, அக்டோபர் 9ஆம் தேதி பிறந்தார் இம்மானுவேல் சேகரன். தந்தையார் வேதநாயகம். விடுதலைப் போராட்ட வீரர். தாயார்,

ஞான சௌந்தரி. இந்துவாக இருந்து, பிற்பாடு கிறிஸ்தவத்தைத் தழுவிய குடும்பம்.

இம்மானுவேல், தொடக்கக் கல்வியை பரமக்குடி லூத்திரன் திருச்சபை வளாகத்தில் இருந்த பள்ளியிலும், உயர்நிலைக் கல்விப் படிப்பை ராமநாதபுரம் சுவார்ட்ஸ் உயர்நிலைப் பள்ளி யிலும் முடித்தார். அவரும், காங்கிரஸ் நடத்திய போராட்டங் களில் கலந்துகொண்டார்.

ராணுவத்தில் பணியாற்றினார். அமிர்தம் கிரேஸ் என்கிற ஆசிரியரைத் திருமணம் செய்துகொண்டார். திருமணத்துக்குப் பின் மறுபடியும் ராணுவத்துக்குப் போனார். 1952ஆம் ஆண்டு இறுதியில், சமூக உரிமைப் போராட்டத்தில் இறங்கினார். தேவேந்திர குலச் சங்கத்தின் மாவட்டப் பொறுப்பாளரானார். 1953ஆம் ஆண்டு, ஒடுக்கப்பட்டோர் இயக்கத்தின் முதுகுளத்தூர் வட்டாரத் தலைவராக நியமிக்கப்பட்டார்.

சமூக ஈடுபாட்டோடு பல செயல்களில் ஈடுபட்டார். 14.4.1953 அன்று, ராமநாதபுரத்தில், 'ஒடுக்கப்பட்டோர் எழுச்சி மாநாடு' ஒன்றை நடத்தினார். பேரையூரைச் சேர்ந்த பெருமாள் பீட்டர், லூத்திரன் திருச்சபைக்குள் தம் சமூக மக்களுடைய வளர்ச்சிக்கான அமைப்பு ஒன்றை ஏற்படுத்தினார். அதற்கு இம்மானுவேல் தேவேந்திரரை செயலாளராக நியமித்தார்.

அந்தக் காலத்தில், டீக்கடைகளில் 'இரட்டைக் குவளை முறை' வெகு பிரசித்தம். வேளாளர் முதலான உயர் சாதியினருக்கு தனிக் குவளையும், ஒடுக்கப்பட்ட மக்களுக்குத் தனிக் குவளையும் இருப்பது வழக்கம். இதை எதிர்த்து இம்மானுவேல் போராட்டங் கள் நடத்தினார். பல கடைகளுக்குள் தம் ஆதரவாளர்களுடன் புகுந்து, குவளைகளை உடைத்தெறிந்த சம்பவங்களும் நடந்தன. 1954ஆம் ஆண்டு, 'இரட்டைக் குவளை முறை எதிர்ப்பு மாநாடு' ஒன்றை நடத்தினார்.

இம்மானுவேல் தேவேந்திரரை காங்கிரஸ் கட்சிக்குள் கொண்டு வர, கக்கன் பெரு முயற்சி எடுத்தார். அந்தச் சமயத்தில் காங்கிரஸ் தான் சென்னை மாகாண ஆட்சி பீடத்தில் இருந்தது.

சமுதாயப் பணிகளுக்கு அரசு உதவி கிடைக்கும் என்பதால், இம்மானுவேல் காமராஜர் முன்னிலையில் காங்கிரஸில் 1954ல் சேர்ந்தார். அவர் சிறந்த பேச்சாளர். காங்கிரஸ் கட்சிக்

கூட்டங்களில் தொடர்ந்து பேசினார். அதுவரை, வெங்கட்டங் குறிச்சியில் மனைவியுடன் வசித்து வந்த அவர், மனைவிக்கு பரமக்குடிக்கு மாற்றலானதும் அங்கே இடம் பெயர்ந்தார்.

1957. பொதுத் தேர்தல் வந்தது. கக்கனின் உதவியால் எப்படியும் அந்தத் தேர்தலில் தனக்கு சீட் கிடைக்கும் என்று நம்பியிருந்தார் இம்மானுவேல். அதற்காகவே கக்கன் தந்த ஆலோசனையின் பேரில், இந்துவாக மதம் மாறினார். தன் பெயரை, 'இம்மானு வேல் சேகரன்' என்று மாற்றிக்கொண்டார்.

அந்தத் தேர்தலில் விரிவாக்கப்பட்ட ஸ்ரீவில்லிபுத்தூர் நாடாளு மன்றத் தொகுதி, இரட்டை உறுப்பினர் தொகுதியாக்கப்பட்டது. தேவர், அந்தத் தேர்தலில், முதுகுளத்தூர் சட்டமன்றத் தொகுதி யிலும், ஸ்ரீவில்லிபுத்தூர் நாடாளுமன்றத் தொகுதியிலும் பொதுத் தொகுதி வேட்பாளராகப் போட்டியிட்டார். அவற்றுக்கான தனித் தொகுதிகளில், ஃபார்வர்ட் பிளாக் சார்பாக, நாடாளுமன்ற வேட்பாளராக ஏ. வேலு தேவேந்திரரையும், சட்டமன்ற வேட்பாளராக ஏ. பெருமாள் தேவேந்திரரையும் நிறுத்தினார்.

காமராஜர், காங்கிரஸ் சார்பாக ஸ்ரீவில்லிபுத்தூர் நாடாளுமன்றத் தொகுதிக்கு எஸ்.எஸ்.நடராசன் சேர்வையை நிறுத்தினார். முதுகுளத்தூர் சட்டமன்றத் தொகுதிக்கு காங்கிரஸ் சார்பாக, சின்னையா சேர்வையை நிறுத்தினார். தனித் தொகுதிகளில், நாடாளுமன்ற வேட்பாளராக ஆர். எஸ். ஆறுமுக தேவேந்திரர். சட்டமன்ற வேட்பாளராக ஏ. கிருஷ்ணன் தேவேந்திரர்.

இம்மானுவேல் நம்பிக்கை பொய்த்துப் போனது. அவருக்கு காமராஜர் சீட் கொடுக்கவில்லை. இம்மானுவேல் சேகரனுடைய வளர்ச்சி காமராஜருக்குப் பிடிக்கவில்லை என்று சில காங்கிரஸ் காரர்களே வெளிப்படையாகப் பேசினார்கள்.

உண்மையில், இம்மானுவேலுக்கு சீட் கிடைக்காதது கக்கனுக்கும் பெரும் வருத்தத்தை ஏற்படுத்தியிருந்தது. எம். பக்தவத்சலம், சி. சுப்பிரமணியம் ஆகியோரோடு நேரடியாக வந்து இம்மானுவேலைப் பார்த்த கக்கன் தன் வருத்தத்தைத் தெரிவித்துக்கொண்டார். காங்கிரஸ் பிரசாரத்துக்கு வரும்படியும் அழைத்தார். இம்மானுவேல் சில நாள்கள் பிரசாரத்துக்குச் சென்றார். ஆனால், தீவிரமாக இறங்கவில்லை.

அந்தத் தேர்தலில், ஸ்ரீவில்லிபுத்தூர் நாடாளுமன்றப் பொதுத் தொகுதியில் தேவர் வெற்றி பெற்றார். தனித் தொகுதி

வேட்பாளரான ஏ. வேலு தேவேந்திரர் தோல்வி அடைந்தார். காங்கிரஸ் வேட்பாளரான ஆர். எஸ். ஆறுமுக தேவேந்திரர் வெற்றி பெற்றார். அதற்குப் பிறகு, இம்மானுவேல் சேகரன், காங்கிரஸ் கட்சியுடன் பட்டும்படாமலும்தான் இருந்தார். தேர்தலுக்குப் பிறகு, முதுகுளத்தூர் தொகுதியில், பல பகுதிகளில் ஃபார்வர்ட் பிளாக் சார்பாக வெற்றி விழாக்கள் நடந்தன.

பல இடங்களில் கலவரங்கள் வெடித்தன. தேவர் மீது நடவடிக்கை எடுக்கக் கோரி பல புகார்கள் பறந்தன. நாடார்கள் தரப்பி லிருந்துதான் அதிகமான புகார்கள். அதுவும் காமராஜருக்கு.

இம்மானுவேல் சேகரன், 24.4.1957 அன்று, முதலமைச்சருக்கும், காவல் துறை அமைச்சருக்கும் ஒரு தந்தி அனுப்பினார்.

> 'முத்துராமலிங்க தேவரின் சாயல்குடிக் கூட்டத்துக்குப் பிறகு, அரிசனங்களும் காங்கிரஸ் ஆதரவாளர்களும் மறவர்களால் தாக்குதலுக்கும் அச்சுறுத்தலுக்கும் உள்ளாகியிருக்கிறார்கள். பல கிராமங்களில் சட்டம் ஒழுங்கில்லை. உடனடியாக நடவடிக்கை மேற்கொள்ளவும்.'

இம்மானுவேல் சேகரன்
தலைவர்
ஒடுக்கப்பட்டோர் இயக்கம்
முதுகுளத்தூர்.

அரசால், கலவரத்தை அடக்க முடியவில்லை. ஆங்காங்கே சாதித் தீ பற்றியெறிந்தது. மறவர்கள், தேவேந்திரர்கள் இரு தரப்பிலும் பலத்த சேதம்.

முதுகுளத்தூரில் இருந்த மறவர் இன மக்கள் பிரதமருக்குத் தந்தி அனுப்பினார்கள்.

31.8.1957

பிரதமர் அவர்கள்
புது டில்லி.

சென்னை மாநிலம், ராமநாதபுரம் மாவட்டம் முதுகுளத்தூர் வட்டத்தில் மிகப் பயங்கரமான சாதிக் கலவரம் நிகழ்கிறது. நாடார்கள் நாட்டு வெடிகுண்டுகளையும் உயிரைப் பறிக்கக் கூடிய கொடிய ஆயுதங்களையும் தேவேந்திரர்களான

முரடர்களிடம் கொடுத்து, மறவர்களுக்கெதிராகத் தூண்டி விட்டுள்ளனர். தேவேந்திரர்களின் தாக்குதலால் கோகொண்டான், சடையனேரி, கருமல், செக்கானை, கீழச்சிறுபோது, புத்தம்பல், பனையூர் ஆகிய கிராமங்களைச் சேர்ந்த மறவர்கள் தம் குடும்பத்தினருடன் வீடுகள், தமது சொத்துகள் மற்றும் கால்நடைகளை இழந்து வெளியேறி வருகிறார்கள்.

இங்கு சட்டம் ஒழுங்கில்லை. கொடிய ஆயுதங்களுடன் ஆயிரக்கணக்கான தேவேந்திரர்கள் மறவர்களின் தெருக்களில் அலைந்துகொண்டிருக்கிறார்கள். மாநிலக் காவல்துறை எங்களுக்குப் பாதுகாப்பளிக்கவில்லை. நாங்கள் உதவியின்றித் தவிக்கிறோம். மத்திய அரசு தலையிட்டு, ஒட்டு மொத்த அழிவிலிருந்து எங்களைக் காப்பாற்ற வேண்டும். சட்டத்தை அமல்படுத்தி உடனடியாக விசாரணை நடத்த வேண்டுகிறோம்.

முதுகுளத்தூர் வட்டார மறவர்கள்
முதுகுளத்தூர்.

இந்தத் தந்தி மத்திய அரசுக்குக் கிடைத்தது. மத்திய உள்துறை அமைச்சர், மாநில நிதியமைச்சரான சி. சுப்பிரமணியத்துக்கு இதன் நகலை அனுப்பி வைத்து நடவடிக்கை எடுக்கச் சொன்னார். தமிழக அரசு மேற்கொண்டு நடவடிக்கை எடுக்க முடிவு செய்தது.

★

செப்டெம்பர் 10, 1957. ராமநாதபுரம் மாவட்ட கலெக்டராக இருந்த ஈ.வி.ஆர். பணிக்கர், முதுகுளத்தூர் வட்டாட்சியர் அலுவலகத்தில், சமாதானக் கூட்டத்துக்கு ஏற்பாடு செய்தார். நாடாளுமன்ற உறுப்பினர்கள், சட்டமன்ற உறுப்பினர்கள், உள்ளூர் பிரமுகர்கள், சமூகத் தலைவர்கள், அரசு உயர் அதிகாரி கள் ஆகியோரைக் கலந்துகொள்ளும்படி அழைப்பு அனுப்பப் பட்டது.

மறவர்கள் சார்பாக முத்துராமலிங்க தேவர், சசிவர்ண தேவர், ஆப்பனூர் அர்சுனன், சித்திரங்குடி சுப்பிரமணியன், இளஞ் செம்பூர் கருப்பையா ஆகியோர் கலந்துகொண்டார்கள்.

நாடார்கள் தரப்பில், பேரையூர் வேலுச்சாமி நாடார், கமுதி சௌந்திரபாண்டியன் நாடார் ஆகியோர் கலந்துகொண்டார்கள். தேவேந்திரர்கள் சார்பாக, இம்மானுவேல் தேவேந்திரர், பேரையூர் பெருமாள் பீட்டர், வீரம்பல் வேதமாணிக்கம், ஆலத்தங்குடி கம்பர், சாத்தையா ஆகியோர் பங்கேற்றார்கள்.

பொதுமக்கள் தரப்பில், முதுகுளத்தூர் சேமநல சங்கச் செயலர் அருணகிரி, சுப்பையா பிள்ளை, சேதுபதியின் சகோதரர்களான காசிநாததுரை, சிதம்பரநாததுரை ஆகியோர் பங்கேற்றார்கள். சட்டமன்ற உறுப்பினர்கள், சுப்பிரமணிய ராஜ்குமார், எம்.டி. ராமசாமி செட்டியார், கரியமாணிக்கம், சீனிவாச ஐயர் ஆகியோரும் கலந்துகொண்டனர்.

அரசுத் தரப்பில், தென்மண்டல போலீஸ் ஐ.ஜி., ராமநாதபுரம் மாவட்ட டி.எஸ்.பி., எஸ்.பி., ஆர்.டி.ஓ. ஆகியோர் பங்கேற்றார் கள். ஸ்ரீவில்லிப்புத்தூர் தனி நாடாளுமன்ற உறுப்பினரான ஆறுமுக தேவேந்திரரும், முதுகுளத்தூர் தனி சட்டமன்ற உறுப்பினரான பெருமாள் தேவேந்திரரும் கூட்டத்தில் கலந்து கொள்ளவில்லை.

கலெக்டர் பணிக்கர் கூட்டத்துக்குத் தலைமை தாங்கினார். அமைதிக் கூட்டம் பத்து மணிக்குத் தொடங்கியது. தேவர் வந்த போது, பெருமாள் பீட்டர் உள்பட எல்லோரும் எழுந்து தேவருக்கு வணக்கம் சொன்னார்கள். இம்மானுவேல் தேவேந்திரர் மட்டும் எழுந்திருக்கவில்லை.

கூட்டம் தொடங்கியது. கலெக்டர், மாவட்டத்தில் அமைதி ஏற்பட அனைத்துத் தரப்பினருடைய ஒத்துழைப்பையும் கேட்டார். தேவரைப் பேச அழைத்தார்.

‘மறவர்களின் ஆடுமாடுகள் முதலான உடைமைகள் ஆயுதம் தாங்கிய தேவேந்திரர்களால் அபகரிக்கப்பட்டுள்ளன. காங்கிரஸ் காரர்கள், அவர்களுக்கு ஆயுதங்களைக் கொடுத்துத் தூண்டுகிறார் கள். தேவேந்திரர்களின் தாக்குதல்களால் அச்சம் கொண்ட மறவர்கள், தங்களுடைய வீடுகளையும் உடைமைகளையும் அப்படியே போட்டுவிட்டு, சொந்த ஊர்களைவிட்டே வெளி யேறிவிட்டார்கள். இதனால், அவர்களது விவசாயமும் வாழ்க்கையும் கெட்டுச் சீரழிந்துவிட்டது. எத்தனையோ முறை காவல்துறைக்குப் புகார் செய்தும் ஒரு புண்ணியமும் இல்லை.

பேரையூரில் நாடார்கள் சட்டவிரோதமாக ஆயுதங்கள் தயாரிக் கிறார்கள். அருப்புக்கோட்டையில் இருந்து வந்து, வெடிகுண்டு தயாரித்துக் கொடுத்த மூக்கன் நாடார் என்பவர், குண்டு வெடித்தே இறந்துபோயிருக்கிறார். காவல்துறை வாகனங்களில் ஆயுதங்கள் ஏற்றிச் சென்று, அவற்றை தேவேந்திரர்களிடம் நாடார்கள் வழங்குகிறார்கள். காவல்துறையின் பாதுகாப்போடு அவர்கள் மறவர்களைத் தாக்கி வருகிறார்கள்.' என்று பேசினார் தேவர்.

அடுத்ததாக, நாடார்கள் சார்பாக வேலுச்சாமி நாடார் பேசினார். 'ஃபார்வர்ட் பிளாக் கட்சிக்கு ஓட்டுப் போடாததால் கொலை செய்யப் போவதாக மறவர்கள் மிரட்டுகிறார்கள். எங்கள் உடைமைகள் மறவர்களால் கொள்ளையடிக்கப்பட்டு வரு கின்றன. எங்களுக்கு எதிராக மறவர்கள் பொதுநிதி திரட்டி வருவதாகவும், எங்கள் கடைகளில் யாரும் சாமான்கள் வாங்கக்கூடாது என்றும் மறவர்கள் மறியல் செய்கிறார்கள்.'

இதை மறுத்து தேவர் பேசினார். அவர்கள் மீது போடப் பட்டிருக்கும் பொய் கேஸ்களை நடத்துவதற்காகத்தான் பணம் வசூலிக்கப்படுகிறது என்று சொன்னார்.

இம்மானுவேல் தேவேந்திரர் அடுத்துப் பேசினார். 'ஃபார்வர்ட் பிளாக் கட்சிக்கு ஓட்டுப் போடவில்லை என்பதற்காக தேவேந்திரர்கள் மீது மறவர்கள் தாக்குதல் நடத்தி வருகிறார்கள். தேவேந்திரர்கள், பிற சாதியினரைப் போல ஆடையணிகலன் களை அணிந்தால், அவற்றைத் தாங்கிக்கொள்ள முடியாமல், மறவர்கள் மோதலை உண்டாக்கி வருகிறார்கள்.'

தேவர் மறுத்தார். தனக்கும் தேவேந்திரர்களுக்கும் ஆதிகாலத்தில் இருந்தே இருக்கும் நெருக்கத்தைச் சொன்னார். 1932ல் ஓர் அரிஜனர் வீட்டில் சாப்பிட்டதை நினைவுகூர்ந்தார். ஃபார்வர்ட் பிளாக் சார்பில், தனித் தொகுதிகளில் தேவேந்திரர்களை தமது வேட்பாளர்களாக நிறுத்தியதைச் சுட்டிக் காட்டினார். முதுகுளத்தூர் தொகுதியில், தன்னைவிட தேவேந்திரர்களுக்கே மறவர்கள் அதிகம் வாக்களித்து வெற்றி பெறச் செய்ததை விளக்கிச் சொன்னார். வாழ்க்கை நிலை உயர்வு என்பது, மறவர், யாதவர், அகமுடையார், நாயுடு முதலிய சாதிகளைச் சேர்ந்த பெண்களிடம் முறைகேடாக நடப்பது இல்லை என்றார்.

தேவேந்திரர்கள் அம்மாதிரியான மோசமான செயல்களை நோக்கித் தூண்டப்படுவதாகக் குற்றம் சாட்டினார்.

இம்மானுவேல், இந்தக் குற்றச்சாட்டை மறுத்தார். மற்ற சாதியினர் மீதும், பெண்கள் மீதும் மறவர்கள்தான் வன்முறையில் இறங்கினார்கள் என்றார். பிற சாதியினர் மீது, மறவர்கள் தாக்குதல் நடத்தும்போது, தேவேந்திரர்கள்தான் தடுத்து நிறுத்தி யிருக்கிறார்கள் என்று சொன்னார்.

இப்படி தேவரும், இம்மானுவேலும் விவாதம் செய்து கொண்டே இருந்தார்கள். கலெக்டர் ஈ.வி.ஆர். பணிக்கர் குறுக்கிட்டார். 'இது மாதிரியான எந்தச் சம்பவமாக இருந்தாலும் என் கவனத்துக்குக் கொண்டு வாருங்கள்! நடவடிக்கை எடுக் கிறேன்' என்றார். பிறகு, அமைதி ஏற்படுத்துவதற்கான வழிமுறைகள் குறித்துப் பேசினார்கள்.

'மக்கள் மத்தியில் சென்று, பொதுக்கூட்டம் நடத்தி, அவர்களை சமாதானப்படுத்தலாம்' என்று தேவர் ஆலோசனை சொன்னார்.

'மக்கள் கோபம் இன்னும் தணியவில்லை. அதனால், நேரடியாக அந்த மாதிரியான இடங்களுக்குச் செல்வது பலனளிக்காது. மக்களை அமைதியாக இருக்கும்படிக் கேட்டுக்கொண்டு, எல்லோரும் கையெழுத்திட்ட துண்டுப் பிரசுரங்களை விநியோகிக்கலாம்' என்றார் பெருமாள் பீட்டர்.

தேவர் உடனே, 'பெரும்பாலான தேவேந்திரர்களுக்கு படிக்கத் தெரியாது. அதனால் துண்டுப் பிரசுரம் வழங்கிப் பயனில்லை' என்றார்.

'மறவர்களைவிட, தேவேந்திரர்களில் அதிகம் படித்தவர்கள் இருக்கிறார்கள். கணக்கு எடுத்துப் பார்த்தால் தெரியும்' என்றார் இம்மானுவேல் தேவேந்திரர். இப்படியே இருவரும் தங்கள் சமூகத்தை விட்டுக்கொடுக்காமல் ஆங்கிலத்தில் பேசினார்கள். இருவருக்கும் நடந்த கருத்து மோதலை கலெக்டர் தலையிட்டுத் தடுத்தார்.

சிறிது நேர அமைதிக்குப் பிறகு துண்டுப் பிரசுரம் வெளியிடுவ தென்று கூட்டம் ஒரு மனதாக முடிவெடுத்தது. அமைதி கோரும் கூட்டு வேண்டுகோளில் எல்லோரையும் கையெழுத்துப் போடும் படி கலெக்டர் கேட்டுக்கொண்டார். தேவேந்திரர்களின் சார்பாக

இம்மானுவேல் தேவேந்திரரையும், மறவர்களின் சார்பாக தேவரையும் கையெழுத்திடும்படி சொன்னார் கலெக்டர்.

அதற்கு தேவர் ஒப்புக்கொள்ளவில்லை. 'அரிஜனங்கள் சார்பாக ஆர். எஸ். ஆறுமுகம் கையெழுத்துப் போடட்டும்!' என்றார். ஆனால், அந்தக் கூட்டத்துக்கு அவர் வரவில்லை.

பேச்சு நீண்டுகொண்டே போனது. இம்மானுவேலை தேவேந்திர குல மக்களின் பிரதிநிதியாக ஏற்றுக்கொள்ள தேவர் மறுத்தார். 'நூத்துக்கு எண்பது அரிசன மக்கள் எங்கள் பக்கம் இருக்கிறார்கள். அதனால், இம்மானுவேலையோ, கம்பரையோ, பீட்டரையோ நாங்கள் அரிசனங்களின் பிரதிநிதிகள் என்று ஒப்புக்கொண்டால், எங்கள் பக்கம் இருக்கிற அரிசனங்கள் வருத்தப்படுவார்கள். ஆகையினால், இதில் நாங்கள் சேர்ந்து கையெழுத்துப் போடமாட்டோம். இம்மானுவேல் வேண்டுமானால் தனியாகக் கையெழுத்துப் போட்டுக்கொள்ளலாம்.'

இம்மானுவேலும் பதில் பேசினார். 'உங்களுக்கு, உங்கள் ஜனங்கள் மத்தியில் இருக்கிற செல்வாக்கு அளவுக்கு எனக்கு செல்வாக்கு இல்லை என்றாலும், என் பேச்சைக் கேட்கக் கூடியவர்களும் இருக்கிறார்கள்.'

கலெக்டர் மறுபடியும் தலையிட வேண்டியதானது. அவர் திரும்பத் திரும்ப நிர்ப்பந்தம் கொடுத்ததால், தேவர் அமைதித் தீர்மானத்தில் கையெழுத்துப் போட்டார். பிறகு, இம்மானுவேல் தேவேந்திரர் கையெழுத்திட்டார். கூட்டத்தில் கலந்துகொண்ட அத்தனை பேரும் கையெழுத்துப் போட்டார்கள்.

கலெக்டர் அனைவருக்கும் நன்றி சொல்ல, மதியம் 1.30-க்கு கூட்டம் முடிந்தது. ஆனால், அவ்வளவு பிரச்னைகளுக்கு நடுவே நடந்த கூட்டத்தில் எடுக்கப்பட்ட அமைதித் தீர்மானம் துண்டுப் பிரசுரமாக வெளியிடப்படவே இல்லை. அதற்குக் காரணம் அடுத்த நாள் நடந்த ஒரு படுகொலை.

11

முதுகுளத்தூர் பயங்கரம்

‘தேவர் அடிக்கடி சொல்வார் அழகாக. ‘திருடிவிட்டு ஜெயிலுக்குப் போகிறவனுக்கு திருடன் என்று பெயர். ஜெயிலுக்குப் போய்விட்டு வந்து திருடுகிறவன் அரசியல்வாதி’ என்று.

– எம். கல்யாணசுந்தரம், முன்னாள் எம்.எல்.ஏ.

11.9.1957. முதல் நாள், அமைதிப் பேச்சுவார்த்தைக் கூட்டத்தில் கலந்துகொண்ட இம்மானுவேல் தேவேந்திரர், கூட்டம் முடிந்ததும் பேரையூருக்குப் போனார். அவருடன் வேலுச்சாமி நாடாரும் பெருமாள் பீட்டரும் வந்திருந்தார்கள்.

அடுத்த நாள் பாரதியார் நினைவு விழா. எமனேசுவரத்திலும் பரமக்குடி பாரதியார் தொடக்கப்பள்ளியிலும் ஏற்பாடு செய்யப்பட்டிருந்த விழாவில் அவர் பேச இருந்தார். எனவே, நண்பர்களிடம் விடைபெற்று, அடுத்த நாள் காலையில் பரமக்குடிக்கு வந்தார். அன்றைக்குப் பகல் பொழுதைத் தன் தொண்டர்களோடும், தன்னைப் பார்க்க வந்திருப்பவர்களுடனும் கழித்தார்.

மாலையில் எமனேசுவரத்துக்குப் போனார். அவருடைய நண்பர், வழக்கறிஞர் ஆர்.கே.கிருஷ்ணமூர்த்தியுடன் பாரதிவிழாவில் கலந்துகொண்டார். கூட்டத்தில் பேசினார். விழா, முடிய

நேரமாகிவிட்ட காரணத்தால், அவரால் பரமக்குடி பாரதியார் பள்ளி விழாவில் கலந்துகொள்ள முடியவில்லை.

அவர் வீட்டுக்கு நண்பர் கிருஷ்ணமூர்த்தியோடு திரும்பியபோது இரவு எட்டரை மணி. வீட்டில் இரவு சாப்பாட்டைச் சாப்பிட்டார். பிறகு, நண்பரை வழியனுப்பிவிட்டு வருவதாக, கிருஷ்ணமூர்த்தி யுடன் கிளம்பிப் போனார். நண்பரை வழியனுப்பி வைத்தார்.

பரமக்குடி. பெரிய கடைவீதி நுழைவு வாயிலின் அருகே இருந்தது லூத்தரன் தேவாலய வளாகம். அந்த வளாகத்தின் மேற்பகுதியில் இருந்தது இம்மானுவேலின் வீடு. அங்கிருந்து சுமார் ஐம்பதடி தூரத்தில் இருந்த தன்னுடைய நண்பரின் பெட்டிக்கடை வரைக்கும் வந்து கிருஷ்ணமூர்த்தியை வழி யனுப்பி வைத்தார்.

பிறகு, கடைக்கு முன்னால் இருந்த சில நண்பர்களோடு பேசிக் கொண்டிருந்தார். திடீரென்று மின் விளக்குகள் அணைந்தன. அதே சமயம், முதுகுளத்தூரில் இருந்து ஒரு பேருந்து வந்து நின்றது. என்ன நடக்கிறது என்று யாரும் யோசித்து முடிப்பதற்கு முன்பாக அது நடந்தது.

பேருந்தில் இருந்து இறங்கிய ஒரு கும்பல், மறைத்து வைத்திருந்த ஆயுதங்களால், இம்மானுவேலைத் தாக்கி படு கொலை செய்தது. அடுத்த கணம், தப்பி ஓடியது. இம்மானுவேல் இறந்தபோது அவருக்கு வயது முப்பத்திமூன்று.

★

இம்மானுவேல் படுகொலையைத் தொடர்ந்து பரமக்குடி, முதுகுளத்தூர், அருப்புக்கோட்டை, சிவகங்கை ஆகிய பகுதி களில் கலவரம் வெடித்தது. அவர், மறவர்களால் கொலை செய்யப்பட்டார் என்று செய்தி பரவியது. அதனால் நடந்த கலவரத்தில், மறவர்களை தேவேந்திரர்கள் தாக்குவதில் ஈடு பட்டார்கள்.

தெருக்கள் ஆள் நடமாட்டமின்றி வெறிச்சோடிக் கிடந்தன. கடைகள் அடைக்கப்பட்டன. பள்ளிகள் மூடப்பட்டன. வாகனப் போக்குவரத்து சுத்தமாக நிறுத்தப்பட்டது. ஆயுதமேந்திய போலீஸ்காரர்கள் வீதிகளை வலம் வந்தார்கள். மாவட்டம் முழுக்கப் பதற்றச் சூழல்.

மருத்துவ பரிசோதனைக்கு அனுப்பப்பட்ட இம்மானுவேல் தேவேந்திரரின் உடல், 12.9.1957 அன்று, மாலை ஏழு மணியள வில், பரமக்குடி லூத்திரன் திருச்சபைக்குச் சொந்தமான கல்லறைத் தோட்டத்தில் அடக்கம் செய்யப்பட்டது. தொடர்ந்து பதற்றம் நிலவி வந்ததால், ஆந்திராவில் இருந்து சிறப்புக் காவல் படை வரவழைக்கப்பட்டது. ஆனால், கலவரம் தொடர்வதை யாராலும் தடுத்து நிறுத்த முடியவில்லை. தமிழ்நாட்டையே உலுக்கிய, முதுகுளத்தூர் கலவரத்தின் முதல் அடி அருங்குளத் தில் விழுந்தது. இம்மானுவேல் தேவேந்திரர் இறந்து இரண்டு நாள்கள் கழித்து அது நடந்தது.

அருங்குளம். பரமக்குடி பகுதியில் இருக்கிற ஒரு சிறிய கிராமம். அங்கே ஒரு திருவிழா நடந்துகொண்டிருந்தது. ஐயனார் கோயில் குதிரை எடுப்புத் திருவிழா. பல சாதிக்காரர்களும் பங்கேற்கும் விழா. அந்த விழாவில் தலித் பெண்களும் மறவர் பெண்களும் சேர்ந்து பாட்டுப் பாடி, விழாவைக் கொண்டாடுவார்கள்.

அன்று இரவு. 'அரிச்சந்திர மயான காண்டம்' நாடகம். பொது வாக, அந்தப் பகுதிகளில் நாடகம் நடத்தினால், துதிப்பாடல் பாடுவார்கள். சில மறவர்கள் முத்துராமலிங்க தேவரைப் பற்றிப் பாடச் சொன்னார்கள். சிலர் எதிர்ப்புத் தெரிவித்தார்கள். இதைத் தொடர்ந்து கலவரம் மூண்டது. நாடகம் அப்படியே நிறுத்தப் பட்டது. மறவர்கள் பலருக்குக் காயம். நாடகக் குழுவினருக்கும் பலத்த அடி பட்டிருந்தது. மேடை நொறுங்கிப் போயிருந்தது. திரைச்சீலைகள் கிழிந்து தொங்கின.

அடுத்த நாள், அந்தப் பகுதியில் பெரும் கலவரம் மூண்டது. தேவேந்திர குல மக்களின் வீடுகளுக்கு மறவர்கள் தீ வைத்தார் கள். பதிலுக்கு தேவேந்திரர்கள், மறவர்களின் வீடுகளைக் கொளுத்தினார்கள். கலவரத்தில், தேவேந்திரர் குலத்தைச் சேர்ந்த ஐந்து பேர் கொல்லப்பட்டார்கள். அதில் ஒருவர் கர்பிணிப் பெண். மறவர்கள் தரப்பில், இரண்டு பெண்கள் உள்பட ஐந்து பேர் கொல்லப்பட்டார்கள். இந்தக் கலவரத்தில் மொத்தம் 107 வீடுகள் எரிந்து சாம்பலாயின.

அதைத் தொடர்ந்து, வெங்கட்டங்குறிச்சி, ஊரக்குடி ஆகிய ஊர்களில் கலவரம் நடந்தது. ஊரக்குடியில் இரண்டு தேவேந்திரர் இனத்தைச் சேர்ந்தவர்கள் இறந்துபோனார்கள். அதற்குப் பிறகு காவல் துறை தன் பங்குக்குக் களமிறங்கியது.

ராமநாதபுரம் மாவட்டத்திலுள்ள கீழ்த் தூவல் கிராமம். காலை பதினோரு மணி. போலீஸ் படை பூட்ஸ் கால்கள் தடதடக்க அந்த கிராமத்துக்குள் நுழைந்தது. இம்மானுவேல் தேவேந்திரர் கொலை வழக்கில் தேடப்பட்ட கொலையாளிகள் அந்த கிராமத்தில் இருந்ததாகத் தகவல் வந்தது. இதைப் பிற்பாடு சொன்னது போலீஸ் தரப்பு. அந்த போலீஸ் படைக்குத் தலைமையாக இன்ஸ்பெக்டர் 'ரே' நியமிக்கப்பட்டார்.

கிராமத்து மக்கள் எல்லாம் போலீசாரால், அங்கிருந்த பள்ளிக் கூடம் ஒன்றில் அடைத்து வைக்கப்பட்டார்கள். சப் இன்ஸ் பெக்டர் சுட்டிக் காட்டிய ஐந்து இளைஞர்கள் மட்டும் தனியாக அழைத்துப் போகப்பட்டார்கள்.

அவர்களுடைய கண்களைக் கட்டியது போலீஸ். கண்மாய்க் கரைக்கு அழைத்துச் சென்றது. அந்த ஐந்து பேரும் 'ரே' கை காட்ட, போலீசாரால் சுட்டுக் கொல்லப்பட்டார்கள். துப்பாக்கிச் சத்தம் கேட்டு, பள்ளிக்கூடத்தில் அடைத்து வைக்கப்பட்டிருந்த கிராம மக்கள், அலறினார்கள். துடித்து, அழுதார்கள். பிரயோசன மில்லை.

கண்மாய்க் கரையில் ரத்த வெள்ளத்தில் கிடந்த இளைஞர்களின் பிணங்களைக்கூட போலீஸ் அவர்கள் குடும்பத்தின் கண்ணில் காட்டவில்லை. போலீசாரே எரித்துவிட்டனர்.

பின்னால், போலீஸ் தரப்பில் மழுப்பலான ஒரு நியாயம் சொல்லப்பட்டது. கீழ்த்தூவலில், மறவர்கள் ஆயிரம் பேர் தாக்க வந்ததாகவும், அதில் நான்கு போலீசார் காயம் அடைந்ததாகவும், தற்காத்துக்கொள்வதற்காகவே துப்பாக்கிச் சூடு நடத்திய தாகவும் சொன்னது போலீஸ்.

உண்மையில், துப்பாக்கிச் சூட்டில் பலியானவர்கள் கொலை யாளிகள் இல்லை. இந்தத் துப்பாக்கிச்சூடு, மக்கள் மத்தியிலும், அரசியல் கட்சிகள் நடுவேயும் பலத்த எதிர்ப்பை உண்டாக்கியது. இந்தத் துப்பாக்கிச் சூட்டுக்கு இன்னொரு காரணமும் சொல்லப் பட்டது. நடராஜ ஐயர் என்கிற சப் இன்ஸ்பெக்டர், இம்மானு வேலின் நெருங்கிய நண்பர். அவர், தன் நண்பரின் மரணத்துக்குப் பழி தீர்த்துக்கொண்டார் என்றார்கள். எந்தக் காரணம் சொல்லப்பட்டாலும், இழந்த உயிர்களை யாராலும் ஈடு செய்ய முடியாது.

கலவரம் தொடர்ந்தது. எங்கு பார்த்தாலும் படுகொலைகள். வெறியாட்டம். வீடுகளுக்குத் தீ வைப்பு. கடைகளை அடித்து நொறுக்குதல். பார்ப்பவர்களை எல்லாம் எதிர் சாதியா என்று பார்த்து தாக்குதல் என்று வன்முறை தொடர்ந்தது.

வீரம்பல், இளஞ்செம்பூர், சேர்ந்தகோட்டை, இருளாண்டிப் பட்டி என்று கலவரமும் கொலைகளும் ஒவ்வொரு ஊராகத் தொடர்ந்துகொண்டிருந்தன. கீரந்தை என்ற கிராமத்தில் ஐந்து மறவர்கள் கொல்லப்பட்டு, எரியும் தீயில் தூக்கி எறியப்பட்டார் கள். பதிலுக்கு, மறவர்கள் தாக்குதலில் ஈடுபடத் தயாரானார்கள். சிறப்பு ஆயுதப் படை கீரந்தையில் குவிந்தது. போலீஸ் துப்பாக்கிச் சூடு நடத்தியது. அதில், நான்குபேர் இறந்து போனார்கள்.

பெரும்பச்சேரியில் போலீசார் துப்பாக்கிச்சூடு, உழுத்திமடை துப்பாக்கிச் சூட்டில் நான்குபேர் பலி, வீரம்பல் தேவாலயம் தீ வைப்பு, மழவராயனேந்தல் துப்பாக்கிச் சூட்டில் ஒருவர் பலி... இப்படி எங்கும் கலவரச் செய்திகள்.

இந்தக் கலவரங்கள் தொடர்பாக ஐயாயிரம் பேர் கைது செய்து சிறையில் அடைக்கப்பட்டனர். அவர்கள் மீது 836 வழக்குகள் போடப்பட்டன. இவற்றுக்கெல்லாம் உச்சக்கட்டமாக, தேவர் மீது வழக்குப் போடப்பட்டது. கொலை வழக்கு.

★

1957. செப்டெம்பர், 26 தொடங்கி 29 வரை சி.ஆர்.சி. எனப்படும் காங்கிரஸ் சீர்திருத்தக் கட்சியின் மாநாடு நடைபெற்றது. அமைப்பு ரீதியாக அந்தக் கட்சியை 'இந்திய தேசிய ஜனநாயக காங்கிரஸ்' என்று உருவாக்கவும், அதற்கான கொடியை முடிவு செய்யவும், எதிர்காலத்தில் கட்சியை எப்படி நடத்திச் செல்வது என்று திட்டமிடவும் மதுரை தமுக்கம் மைதானத்தில் நடந்தது அந்த மாநாடு.

மாநாட்டுக்கு முன்னால் லட்சக்கணக்கான மக்கள் கலந்து கொண்ட பேரணி. நாடாளுமன்ற உறுப்பினர்கள் மூன்றுபேரும், சட்டமன்ற உறுப்பினர்கள் 23 பேரும்,சில எதிர்க்கட்சித் தலைவர்களும் கலந்துகொண்டார்கள். மாநாட்டுக்கு எச்.டி. ராஜா தலைமை வகித்தார். முத்துராமலிங்க தேவர் 26ஆம் தேதி மாநாட்டைத் தொடங்கி வைத்தார்.

மாநாடு தொடங்கி மூன்று நாள்கள் ஆகியிருந்தன. தேவர், மூன்றாம் நாள் நிகழ்ச்சிகள் முடிந்ததும், சி.ஆர்.சி. தலைவரான டி.ஜி. கிருஷ்ணமூர்த்தியுடன் காரில் வந்துகொண்டிருந்தார். தனது இருப்பிடமான நேதாஜி அலுவலகத்தில் போய் ஓய்வெடுப்பது அவருடைய திட்டம்.

வைகை ஆற்றுப் பாலத்தில் தேவருடைய கார் வந்து கொண்டிருந்தது. திடீரென்று ஒரு போலீஸ் வேன் வந்து தேவர் காரை வழி மறித்தது. தேவர் காரிலிருந்து இறங்கினார். போலீசார் அவரைக் கைது செய்தார்கள். அப்போது இரவு பத்தரை மணி.

தேவருக்கு கைது என்பது அன்றாட நடவடிக்கைகளில் ஒன்று போல ஆகிவிட்டிருந்தது. அவர் கொஞ்சம்கூடக் கலங்க வில்லை. தன் கழுத்தில் இருந்த ருத்திராட்சத்தைக் கழற்றி டி.ஜி. கிருஷ்ணமூர்த்தியிடம் கொடுத்தார். விபூதி சம்புடத்தையும் கொடுத்தார். பிறகு அவரிடம், 'மக்களை அமைதியாக இருக்கச் சொல்லுங்கள்! பயப்படவேண்டாம். சத்தியமே வெல்லும்!'

தேவர் போலீஸ் வேனில் ஏறிக்கொண்டார். வேன் விரைந்தது. அவரைக் கைது செய்த போலீஸ், முதலில் வேலூர்ச் சிறையில் அடைத்தது. பிறகு, சென்னை மத்தியச் சிறைக்கு மாற்றியது.

சென்னை மாகாண சட்டசபை அமளிதுமளிப்பட்டது. முதுகுளத்தூர் கலவரம் தொடர்பாக, காரசாரமான விவாதங்கள் எழுந்தன.

'உயர்ந்த சாதியினருக்கும் தாழ்ந்த சாதியினருக்கும் இடையிலே நீண்ட ஒரு சண்டை என்று மட்டும் இதனைக் கொள்ளார் எவரும். இரு சார்பிலும் சந்தர்ப்பத்தைப் பயன்படுத்திக்கொண்டு, எவரோ மூட்டிவிட்ட தீ என்றே கருதுவர். இத் தீயினை அணைப்பதில், ஆளும் கட்சி மிக்கப் பொறுப்பெடுத்திருந்தால், இந்த அவல நிலை ஏற்பட்டிருக்காது' என்று காங்கிரஸை 'திராவிடநாடு' தலையங்கத்தில் சாடினார் சி.என். அண்ணாதுரை.

'முரசொலி' பத்திரிக்கையில் எழுதிய மு.கருணாநிதி, 'இதற்குப் பின்னணியில் இருப்பவர்கள் யாராயிருந்தாலும், அவர்கள் எத்தகைய உயர் பதவிப் போர்வைக்குள்ளே புகுந்து கொண்டிருந் தாலும் வன்மையாகக் கண்டிக்கத் தக்கவர்களே!' என்று எழுதினார்.

‘சமூகம், ஆதிகால நிலையான காட்டுமிராண்டித்தன நிலையி லேயே இருந்தால் எவ்வாறு முன்னேற முடியும்?’ என்று கேட்டார் நேரு.

‘கலவரத்தில் சமூக விரோதிகளைக் கடுமையாகத் தண்டித்து, சமூக ரீதியாக ஒடுக்கப்பட்ட மக்களுக்குப் பாதுகாப்பு ஏற்படுத்தா விட்டால், அம்மக்களின் சார்பில் போராட்டத்தில் குதிப்பேன்’ என்று சொன்னார் பெரியார்.

இந்தியாவில் மட்டுமில்லாமல், முதுகுளத்தூர் கலவரத்துக்காக ஈழத்திலிருந்த இலங்கைத் தமிழர் அமைப்புகளும் கண்டனக் குரல்கள் எழுப்பின.

ராமநாதபுரம் மாவட்டத்தில் நடந்த கலவரம், அதை ஒட்டி பசும்பொன் முத்துராமலிங்க தேவரைக் கைது செய்து வேலூர் சிறையில் அடைத்தது ஆகியவற்றைக் கண்டித்து, அன்றைய காமராஜர் அரசின் மீது கம்யூனிஸ்ட் கட்சித் தலைவர் எம். கல்யாணசுந்தரம் நம்பிக்கையில்லா தீர்மானம் கொண்டு வந்தார். ஆனால், அந்த நம்பிக்கையில்லா தீர்மானம் ஓட்டெடுப்புக்கு விடப்பட்டபோது, தோல்வியில் முடிந்தது.

தேவர் கைது செய்யப்பட்ட செய்தி பரவியதும், மதுரை, ராமநாதபுரம் மாவட்டங்களில் மறுபடியும் கலவரம் ஏற்படும் என்கிற சூழல் உருவானது. தேவர் கைது செய்யப்பட்டதற்காக அரசு தரப்பில் பல காரணங்கள் சொல்லப்பட்டன. அந்தக் காரணங்களையெல்லாம் வரிசைப்படுத்திவிட்டு, இறுதியாக ஒன்றைச் சொன்னது அரசு.

‘முத்துராமலிங்க தேவர் தமது பேச்சாலும் ரகசியமான செய லாலும் வகுப்பு மோதலை உண்டாக்கி வருகிறார் என்பது தெரி கிறது. இதைத் தொடராவிட்டால், மேலும் பல வகுப்புக் கலவரங்கள், சட்டவிரோதச் செயல்கள் ஆகியவற்றுக்குத் தனது சுதந்தரத்தைப் பயன்படுத்தக்கூடும். அது மாநிலத்தின் பாதுகாப்புக்கும் அமைதிக்கும் பாதகமாக அமையும் என்பதால், அவர் 1950ஆம் ஆண்டு தடுப்புக் காவல் சட்டப்படி காவலில் வைக்கப்பட்டுள்ளார்.’

இந்த அறிக்கையில், ஈ.வி.ஆர். பணிக்கரும், ராமநாதபுரம் மாவட்ட கூடுதல் மாஜிஸ்ட்ரேட்டும் கையொப்பமிட்டிருந்தார்

கள். தேவர், அட்வைசரி போர்டுக்கு இந்தக் குற்றச்சாட்டுகளை மறுத்து பதிலளித்தார். அதை ஏற்க அரசு தயாராக இல்லை.

தேவர் கைது செய்யப்பட்டதைக் கண்டித்து, மாநில அரசு நடத்திய துப்பாக்கி சூட்டுக்கு நீதி விசாரணை கோரி, 1957, அக்டோபர் 5ஆம் தேதி முழு அடைப்புக்கு எதிர்க்கட்சிகள் வேண்டுகோள் விடுத்தன. மதுரை, திருமங்கலம், உசிலம்பட்டி, மேலூர், திருப்புவனம் ஆகிய இடங்களில் முழு அடைப்பு நடைபெற்றது.

கேடி.கே. தங்கமணி தலைமையில் மதுரையில் நடந்தது ஒரு கூட்டம். அதில், தேவரை உடனே விடுதலை செய்யவேண்டும் என்றும், கலவரம் தொடர்பாக நீதிவிசாரணை நடத்தவேண்டும் என்றும் முடிவு செய்யப்பட்டது.

இன்னொரு புறம், தேவர் கைது செய்யப்பட்டதற்கு எதிர்ப்புத் தெரிவிக்கும் வகையில் சில சம்பவங்களும் நடந்தன. மதுரைக்குத் தெற்குப் பகுதியில் காமராஜரால் நுழையவே முடியவில்லை. அவர் வந்தால், செருப்பு வீசுதல், கல்லெறிதல் போன்ற சம்பவங்கள் நடந்தன.

சிவகாசிக்கு அருகே இருக்கும் பூவநாதபுரம் என்ற கிராமத்துக்கு வந்திருந்தார் அப்போதைய அமைச்சரான சி. சுப்ரமணியம். மேடையில் அவர் அமர்ந்திருக்கும்போதே அவர் முகத்தில் சாணி வீசப்பட்டது. இந்தத் தாக்குதலில், அவருடைய மூக்குக் கண்ணாடி உடைந்தது.

இன்னொரு பக்கம், தேவரின் ஆதரவாளர்கள், தேவர் விடுதலையாகவேண்டும் என்று கோயில்களில் பிரார்த்தனை செய்தார்கள். உண்ணா நோன்பு இருந்தார்கள். வள்ளியூரில் ஜி.எம். கணபதி என்பவர், 'தேவர் விடுதலை கோரி தாடி வளர்ப்போர் மாநாடு' என்ற ஒன்றையே நடத்தினார். ஆயிரக்கணக்கான பேர் தாடியோடு அந்த மாநாட்டில் கலந்துகொண்டார்கள்.

காந்தி கிராமத்தில் ஒரு நிகழ்ச்சிக்காக நேரு வந்தபோது, ஜனநாயக காங்கிரஸ் கட்சியும், ஃபார்வர்ட் பிளாக் கட்சியும் ஆர்பாட்டம் செய்தன.

நவம்பர் 5, 1957. பரமக்குடி சப் மாஜிஸ்ட்ரேட் முன்பு இம்மானுவேல் தேவேந்திரர் கொலை வழக்கு விசாரணைக்கு வந்தது.

குற்றப் பத்திரிகை தாக்கல் செய்யப்பட்டது. இம்மானுவேலைக் கொலை செய்வதற்காக சதி செய்ததாக பன்னிரண்டு பேர் மேல் வழக்கு தாக்கல் செய்யப்பட்டது. அதில், முதல் எதிரி முத்துராம லிங்க தேவர்.

முத்துராமலிங்கம் சார்பாக, சென்னை வழக்கறிஞர்களான வி. ராஜகோபால் ஆச்சாரியார், கே. நாராயணசாமி, மதுரை குப்புசாமி ஐயர் ஆகியோர் ஆஜரானார்கள். இந்த வழக்குத் தொடர்பாக சிறப்பு நீதிமன்றம் அமைக்கப்பட்டது. முதல் வகுப்பு மாஜிஸ்ட்ரேட் வி.ஆர். வரதராஜன் முன்னிலையில் விசாரணை.

இந்த விசாரணைக்கு வசதியாக, சென்னையிலிருந்து புதுக் கோட்டைச் சிறைக்கு தேவரை மாற்றியது காவல் துறை. சிறப்பு நீதிமன்ற விசாரணைக்குப் பிறகு, புதுக்கோட்டையில் இயங்கி வந்த, ராமநாதபுரம் மாவட்ட செஷன்ஸ் நீதிமன்றத்துக்குப் போனது வழக்கு. நீதிபதி எம். அனந்தநாராயணன் விசாரணை செய்தார்.

அரசுத் தரப்பில் 33 பேர் சாட்சி. குற்றம் சாட்டப்பட்டோர் தரப்பில் நான்கு பேர். 1959, ஜனவரி ஏழாம் தேதி நீதிபதி தீர்ப்புச் சொன்னார். அந்தத் தீர்ப்பைக் கேட்க, நீதிமன்றத்துக்கு வெளியே ஆயிரக்கணக்கான மக்கள் திரண்டிருந்தார்கள்.

பிற்பகல் இரண்டு மணிக்கு, 50 பக்கங்கள் கொண்ட தீர்ப்பை நீதிபதி அனந்த நாராயணன் வாசித்தார்.

'தேவர் மீதான குற்றச்சாட்டுகள் நிரூபிக்கப்படவில்லை. இம்மானுவேல் கொலைக்கும் தேவருக்கும் தொடர்புள்ளது என்று யூகம் செய்யக்கூட சாட்சியம் ஏதுமில்லை' என்று கூறி, தேவரை விடுதலை செய்தார். குற்றம் சாட்டப்பட்ட மற்ற பதினோரு பேர்களில், எட்டுப் பேரை சந்தேகத்தின் பலனை அளித்து விடுதலை செய்தார். மூன்று பேர்கள் மட்டும் குற்றவாளி கள் என்று தீர்மானித்து அவர்களுக்குத் தூக்கு தண்டனை கொடுத்தார்.

தேவர் விடுதலை செய்யப்பட்டதும், வெளியே அவருக்காகக் காத்திருந்த மக்கள் ஆரவாரம் செய்து தங்கள் மகிழ்ச்சியை வெளிப்படுத்தினார்கள். அப்போது, தேவர் மிகவும் உடல் நலம் குன்றிய நிலையில் இருந்தார். கிட்டத்தட்ட பதினைந்து மாதங்

களை, ஜாமீனில் வெளியே வரமுடியாதபடி சிறையில் கழித்திருந் தார் தேவர்.

விடுதலை ஆனதும், புதுக்கோட்டை சாந்தாரம்மன் கோயிலுக்குப் போனார். பிரஹதாம்பாள் கோயில், ஐயனார் கோயில் ஆகிய வற்றுக்கும் போனார். பிறகு ஆடுதுறைக்குப் போனார். அவருடைய குடும்ப குருநாதர் ஸ்ரீலஸ்ரீ சதன்ய சுவாமிகளின் சமாதியில் அஞ்சலி செலுத்தினார். அதற்குப் பிறகு சென்னைக்குப் போனார்.

நேதாஜி பிறந்தநாளான ஜனவரி 23ஆம் தேதி மதுரைக்கு வந்தார். அன்று மாலை தமுக்கம் மைதானத்தில் நடந்த கூட்டத்துக்கு, நான்கு குதிரைகள் பூட்டிய சாரட் வண்டியில் ஊர்வலமாகச் சென்றார். அந்தக் கூட்டத்துக்குப் பிறகு, தமிழகத்தின் மிக முக்கிய நகரங்களில் எல்லாம் பொதுக்கூட்டங்களில் பேசினார் தேவர்.

★

1959. பிப்ரவரி 17. டெல்லி நாடாளுமன்றத்தில் தேவர் பேசிய உரை, மிக முக்கியமானது. அன்றைக்குப் பல உறுப்பினர்கள் இருபதிலிருந்து இருபத்தைந்து நிமிடங்கள் வரை பேசினார்கள். தேவரும் பேசுவதற்கு, தன் முறை வரும் வரை காத்திருந்தார்.

அன்று மாலை 4.45 வரை தேவருக்கு வாய்ப்பு வரவில்லை. திடீரென்று பேச அழைத்தார்கள். தேவர், வழக்கம் போலத் தன் சரளமான நடையில் பேசிக்கொண்டே போனார். பதினைந்து நிமிடங்கள் முடிந்ததும், 'நேரம் முடிந்துவிட்டது. பேச்சை நிறுத்துங்கள்!' என்று காங்கிரஸ்காரர்கள் எழுந்து நின்று கூச்சல் போட்டார்கள்.

தேவர் அவை தலைவரிடம், 'எனக்கு முன்பாகப் பேசியவர்கள் இருபது நிமிடங்களுக்கு மேல் பேசியிருக்கிறார்கள். அதே போல எனக்கு இன்னும் சில நிமிடங்கள் பேச அனுமதி வேண்டும்' என்று கேட்டார்.

சபாநாயகர் அனுமதி கொடுத்தார். தேவர் மேலும் சில நிமிடங்கள் பேசிவிட்டுத்தான் அமர்ந்தார். அன்றைக்கு அவர் பேசியதை 'நெருப்புப் போன்ற பேச்சு' என்று வர்ணித்திருந்தது இண்டியன் எக்ஸ்பிரஸ் நாளிதழ்.

அன்றைக்கு தேவர், நாட்டு நடப்புகளில் பல முக்கிய விஷயங் களைத் தொட்டுக் காட்டினார். அதில் முக்கியமான ஒன்று காஷ்மீர் பிரச்னை. 'பாகிஸ்தானை காஷ்மீருக்குள் அனுமதித்து விட்டு, நாம் ஜம்முவில் இருக்கிறோம். இதன் பயனாக பாகிஸ் தான் ஒன்று மட்டுமல்ல - பாகிஸ்தானுக்குள் ஒரு பாகிஸ்தான் என்ற நிலையை அடைந்துவிட்டது பிரச்னை. பாகிஸ்தானிகள் காஷ்மீரில் இருக்கவேண்டுமென்றே நாம் விரும்பி, அவர்கள் அங்கிருக்க அனுமதியும் கொடுத்து, அதற்காக ஓர் உடன்பாடும் ஆகியிருப்பதாகவே தெரிகிறது...'

12

பிரசாரம் இல்லாத தேர்தல்

> ‘தேசியமும் தெய்வீகமும் என் இரு கண்கள்’
>
> –பசும்பொன் முத்துராமலிங்க தேவர்

1962. பொதுத் தேர்தல் நெருங்கிக் கொண்டிருந்தது. தேர்தல் வருவதற்கு ஆறு மாதங்களுக்கு முன்பிருந்தே தேவர் உடல்நிலை பாதிக்கப்பட்டிருந்தது. அந்தத் தேர்தலில் ராஜாஜியின் சுதந்தரா கட்சியும், ஃபார்வர்ட் பிளாக்கும், தி.மு.க.வும் கூட்டாக நிற்க சில முயற்சிகள் நடந்தன. ஆனால், அது நடக்கவில்லை.

ராஜாஜியும் தேவரும் மட்டுமே ஓர் அணியில் நின்றார்கள். மதுரையில் தேவரும் ராஜாஜியும் ஒரே மேடையில் பேச இருந்தார்கள். அப்போது, திருச்சியில் இருந்தார் தேவர். திருச்சியில் இருந்து மதுரைக்கு காரில் வந்தபோது, வழியெங்கும் அவருக்கு மக்கள் கையசைத்து வரவேற்புக் கொடுத்தார்கள்.

1962 ஜனவரி *14* அன்று தமுக்கம் மைதானத்தில் பிரசாரக்கூட்டம் நடைபெற்றது. தேவரும் ராஜாஜியும் பேசினார்கள். தேவரால் நிற்கக்கூடி முடியவில்லை. நாற்காலியில் அமர்ந்தவாறே

பேசினார். அந்தக் கூட்டத்தில் ஒரு முக்கியமான கோரிக்கையை மக்களுக்கு வைத்தார் தேவர். 'நான் வந்தால்தான் ஓட்டுப் போடுவோம் என்று நீங்கள் நிபந்தனை ஏதும் விதிக்கக்கூடாது. என்னால் ஆதரிக்கப்படும் வேட்பாளர்களை வெற்றி பெறச் செய்து தேசியத்தைக் காக்கும்படி உங்களை வேண்டிக் கொள் கிறேன்.'

உண்மையில், அவர் சொன்னபடிதான் நடந்தது. அவரால், பிரசாரத்துக்குப் போக முடியவில்லை. ஆனால், அருப்புக் கோட்டை நாடாளுமன்றத் தொகுதியில் அவர் வெற்றி பெற்றார். அவருடைய வேட்பாளர்களான சசிவர்ண தேவர், மூக்கையா தேவர், ஏ. பெருமாள் ஆகியோரும் அவர்கள் நின்ற தொகுதி களில் வெற்றி பெற்றார்கள். ஆனாலும், அந்தத் தேர்தலில் காங்கிரஸ்தான் வெற்றி பெற்றது. தி.மு.க. ஐம்பது இடங்களைக் கைப்பற்றி பிரதான எதிர்க்கட்சியானது.

தேர்தல் முடிவுகள் வந்தபோது தேவர், மதுரையில் இருக்கும் திருநகர் வீட்டில் இருந்தார். அவர் சொன்னார்: 'இந்தத் தேர்தலில் காங்கிரஸ் தப்பிப் பிழைத்தாலும் வருங்காலத் தேர்தலில் அது நிச்சயம் வெற்றி பெற்று ஆட்சி அமைக்க முடியாது.' அவர் சொன்னபடிதான் நடந்தது.

★

தேர்தலில் வெற்றிபெற்றுவிட்டாலும், அவரால் நாடாளுமன்றத் துக்குப் போக முடியவில்லை. *6.5.1963* அன்று விடுமுறை கேட்டு, நாடாளுமன்ற செயலாளருக்கு ஒரு கடிதம் எழுதினார். தேர்தலில் வெற்றிபெற்ற பிறகு, ஆறு மாதங்களுக்குள் வெற்றி பெற்றவர் பதவிப் பிரமாணம் செய்துகொள்ள வேண்டும். தேவர், தம் உடல்நலக் குறைவு காரணமாக, சுமார் ஒன்றரை ஆண்டு காலம் பதவிப் பிரமாணம்கூடச் செய்ய முடியாமல் இருந் தார்.அவருக்கு சிறுநீரகத்தில் கோளாறு என்று சொன்னார்கள் மருத்துவர்கள். நேரு, தேவருக்காக அந்த சட்டவிதியைக் கொஞ்சம் தளர்த்தியிருந்தார் என்றே சொல்லவேண்டும்.

மதுரை திருநகரில் இருந்தார் தேவர். தன் உடல்நலக் குறைவுக்கு அவர் நம்பியிருந்தது சித்த வைத்தியத்தைத்தான். ஆனாலும் நோய் குணமாகவில்லை. ஒரு கட்டத்தில் அவருடைய உடல் நிலை மிகவும் மோசமடைந்தது.

அவரை மதுரை மிஷன் மருத்துவமனைக்குக் கொண்டு போனார்கள். அங்கே சிகிச்சை பலனளிக்காது என்று தெரிந்ததும், இரவோடு இரவாக வேலூர் மருத்துவமனைக்கு அவரை அழைத்துப் போனார்கள். அங்கே ஓரளவுக்கு உடல் நலம் தேறினார். மதுரைக்குத் திரும்பினார்.

மறுபடியும் உடல்நலக் குறைவு. இந்த முறை, ஆங்கில மருத்துவம் வேண்டாம் என்று கறாராகச் சொல்லிவிட்டார் தேவர். சித்த வைத்திய சிகிச்சையையே எடுத்துக்கொண்டார். நோய் கொஞ்சம்கூடக் குறையவில்லை.

1963 அக்டோபர் 29ஆம் தேதி, அதிகாலை ஐந்து மணிக்கு தேவர் காலமானார். தேவருடைய உடல் பசும்பொன்னில் இருந்த அவர் இல்லத்துக்குக் கொண்டு போகப்பட்டது. அவர் உடலைக் காண மக்கள் கூட்டம் அலை மோதியது.

அவருக்கு அஞ்சலி செலுத்த அண்ணா, எம்.ஜி.ஆர்., எஸ்.எஸ். ராஜேந்திரன், என்.வி.நடராஜன்.. உள்ளிட்ட பல தலைவர்கள் வந்திருந்தார்கள். அவருடைய உடல் பசும்பொன் கிராமம் முழுக்க ஊர்வலமாகக் கொண்டு செல்லப்பட்டது. பிறகு, மீண்டும் அவருடைய வீட்டுக்கே கொண்டு வரப்பட்டது. அவர் வீட்டுக்கு முன்பாக இந்துமத வழக்கப்படி அவர் உடல் அடக்கம் செய்யப்பட்டது.

★

அரசியல்வாதி. ஆன்மிகவாதி. மக்கள் தலைவர். விடுதலைப் போராட்ட தியாகி. தொழிலாளர் தலைவர். இப்படி அவரைப் பற்றிச் சொல்ல எத்தனையோ இருந்தாலும், அவரை அவதார புருஷராகவே லட்சக்கணக்கான பேர் இன்றைக்கும் நினைத்துக் கொண்டிருக்கிறார்கள். அவரைப் பற்றி உலவி வரும் வாய் மொழிக் கதைகள் திரும்பத் திரும்பச் சொல்லப்பட்டு வருகின்றன.

கமுதியில் இருந்து மதுரை செல்லும் பிரதான சாலை. பசும்பொன் போவதற்கு முன்னால் சாலையில் இருபக்கமும் அடர்த்தியான மரங்கள். ஒருவர் அந்த மரங்களைக் காட்டினார். 'இங்கதான் தேவர் ஐயாவைக் கொலை செய்ய சதி நடந்துச்சு. மரத்து மேல நாலஞ்சு பேர் கையில பெரிய பெரிய கல்லைத் தூக்கி வச்சுக் கிட்டு உட்கார்ந்திருந்தாங்க. அவரு வரும்போது தலையில

போடுறதுக்கு. ஐயா இந்த வழியா வந்தாங்க. மேல இருந்தவங்க கல்லைக் குறி பாத்து அவர் தலை மேல போட்டாங்க. அவர் தலையை உசத்தி, கையைக் காட்டி, 'முருகா!'ன்னு சொன்னாரு. கல் அப்பிடியே அந்தரத்துல தொங்கிச்சு!'

புளிச்சிகுளம் எஸ்டேட்டில் இருந்தார் தேவர். புளிச்சிகுளம், மருதுபாண்டியர் பிறந்த நரிக்குடி முக்குளம் கிராமத்திலிருந்து இரண்டு கிலோ மீட்டர் தூரத்தில் இருக்கிறது. வேப்பமரம். அதன் கீழ் ஒரு நாற்காலி. அதில் அமர்ந்து ஏதோ ஒரு வழக்கை விசாரித்துக்கொண்டிருந்தார் தேவர். மரத்தில் இரண்டு காளை மாடுகள் கட்டப்பட்டிருந்தன. அவற்றில் ஒன்று, திடீரென்று தன் கொம்பால் தேவரின் தோளில் இடித்தது.

சட்டென்று எழுந்த தேவர், தன் காலால் மாட்டை ஒரு தட்டு தட்டினார். மாடு சுருண்டு கீழே விழுந்துவிட்டது. அதன் கால்கள் துடித்தன. கண்கள் மெல்லச் செருக ஆரம்பித்தன. ஐந்து நிமிடம் கழித்து, தேவர் காளையைத் தன் கையால் தட்டினார். அது துள்ளி எழுந்து நின்றது.

ஒரு முறை தேவரைப் பிடிக்க போலீஸ் வந்தது. பசும்பொன் வீட்டு வாசலில் சிரித்த முகமாக தேவர். இந்தப் பக்கம் திரும்பிப் பார்த்தால் இன்னொரு தேவர். அந்தப் பக்கம் திரும்பினால் அங்கேயும் தேவர். கிட்டத்தட்ட பத்து தேவர் உருவங்கள். மலைத்துப் போய் மயங்கி விழுந்தார்கள் போலீஸ்காரர்கள். இன்றைக்கும் இதைச் சொல்லிச் சொல்லி மாய்ந்து போகிறார்கள் அந்த ஊர்க்காரர்கள்.

கோவில்பட்டியில் தங்கியிருந்தார் தேவர். அவரைப் பார்க்க மறவர் தலைவர்கள் சிலர் வந்திருந்தார்கள்.

'ஐயா! நாம் எல்லாம் ஒன்றாகச் சேர்ந்து தேவர் மகாசபை ஒன்றை ஆரம்பிக்கவேண்டும்.'

தேவர் சொன்னார். 'நரிகள் எல்லாம் கூட்டமாகத்தான் வாழும். அப்பாவி இனமன மான்கள்கூடக் கூட்டம் கூட்டமாகத்தான் வாழும். ஆனா, சிங்கம் தனியாகத்தான் இருக்கும். அதைக் கூட்டத்தோடு சேர்க்க முடியாது. அது மாதிரித்தான் தேவர் மகா சபை அமைப்பதும். தேவர்கள் ஒவ்வொருவருடைய மனத்துக் குள்ளும் 'நான் சிங்கம்!' என்கிற நினைப்புத்தான் இருக்கும். அவர்களை ஒன்றிணைக்க முடியாது.'

தேவர் வாழ்நாள் முழுக்க பிரம்மச்சாரியாகவே வாழ்ந்தார். பச்சைக் குழந்தையாக இருக்கும்போது தாயைப் பறிகொடுத்தார். தந்தையின் அரவணைப்பில்லாமல் வளர்ந்தார். அதனாலேயே நொந்துபோனவராக, 'என் தாயின் நினைவாக திருமணமே செய்துகொள்ள மாட்டேன்' என்று சபதம் எடுத்தார்.

கிராப்பும், மீசையுமாக இருந்த தேவர், மீசையை மழித்துவிட்டு, தோள் தொங்க பாகவதர் போல முடி வளர்த்ததற்கும் ஒரு கதை இருக்கிறது. கேரளாவில் இருக்கும் ஏதோ ஓர் ஊரில் தங்கியிருந் தார் தேவர். நள்ளிரவு நேரம். கதவு தட்டப்படுகிறது. தேவர் எழுந்துபோய்க் கதவைத் திறந்தார். எந்த நேரமாக இருந்தாலும், நெற்றி நிறைய விபூதி பூசிவிட்டுத்தான் எழுந்திருப்பார். அன்றைக்கும் விபூதி பூசிக்கொண்டு கதவைத் திறந்தார். வாசலில் அந்த வீட்டைச் சேர்ந்த ஓர் இளம் பெண்.

'என்னம்மா வேண்டும்?'

'ஐயா! நான் தங்களைத் திருமணம் செய்துகொள்ள ஆசைப்படு கிறேன். எனக்கு உங்களைப் போலவே கம்பீரமான ஓர் ஆண் குழந்தை வேண்டும்.'

'தாயே! நான் பெண்களை எல்லாம் பராசக்தியின் அம்சமாக நினைப்பவன். இந்த ஆசையை விட்டுவிடு!'

ஆனால், அந்தப் பெண் அவரை திருமணம் செய்துகொள்ள வேண்டும் என்று திரும்பத் திரும்பச் சொல்லி வற்புறுத்துகிறாள்.

'சரி. என்னிடம் உங்களுக்குப் பிடித்த அம்சம் என்ன?' என்று கேட்டார் தேவர்.

'உங்களுடைய மீசையும் கிராப்பும்தான்.'

'காலையில் பேசிக்கொள்வோம்.' கதவை மூடினார் தேவர்.

மறுநாள் காலையிலேயே மீசையை மழித்து எடுத்துவிட்டார். அன்றிலிருந்து தன் தோற்றத்தையே மாற்றிக்கொண்டார்.

★

காங்கிரஸ் தமிழ்நாட்டில் காலூன்றுவதற்கு மிகவும் பாடுபட்டார் தேவர். அதே காங்கிரஸ் பின்னாளில் அவரைப் படாதபாடு படுத் தியது. கிட்டத்தட்ட 4,000 நாள்களை சிறையில் கழித்திருக்கிறார்

தேவர். அவற்றில் பெரும்பாலானவை காங்கிரஸ் ஆட்சியில் அவர் மேல் போடப்பட்ட வழக்குகள் மூலமாகக் கிடைத்தவை.

தேவர் சிறையில் இருந்தபோது, அவருக்கு உணவில் விஷம் கலந்து கொடுக்கப்பட்டதாகவும் அதனால்தான் அவர் உடல் நலம் குன்றிப் போனார் என்று இன்றைக்கும் பலர் நம்புகிறார்கள். அதற்குக் காரணம் காங்கிரஸ்தான் என்றும் சொல்கிறார்கள்.

எதையும் நேர்படப் பேசுவது, மனத்தில் தோன்றுவதை மறைக்காமல் சொல்வது. இது தேவரின் அடிப்படை குணம். அதுதான் அவர் பலம், எதிரிகளைப் பொருத்தவரை பலவீனம்.

அவர் தொடங்கிய ஃபார்வர்ட் பிளாக் கட்சியை மறவர்கள் ஜாதிக் கட்சி என்று சொல்வார்கள். ஆனால், அந்தக் கட்சியில் சீனிவாச ஐயங்கார், தொ.பெ.மீனாட்சி சுந்தரம், ஜனாப் சாயி முகம்மது போன்ற பலர் இருந்தார்கள். தேர்தலில் தனித் தொகுதிகளில் தேவேந்திரர் இனத்தைச் சார்ந்தவர்களைத் தன் கட்சியின் சார்பாக நிறுத்தியவர் அவர். அவருக்கு எல்லா இன மக்களும் வாக்களித்திருந்தார்கள்.

இரட்டைத் தொகுதியில் நின்று இரண்டிலும் ஜெயிப்பது. ஒன்றை ராஜினாமா செய்வது என்ற வழக்கத்தை வைத்திருந்தார் தேவர். ‘அவர் ராஜினாமா செய்து இடைத் தேர்தல் வைப்பதற்கு பதிலாக, முதல் தேர்தலிலேயே அவர் ஜெயித்துவிட்டார் என்று அறிவித்துவிடலாம்’ என்பது எதிர்க்கட்சிகளின் வழக்கமான முணுமுணுப்பாக இருந்தது.

குற்றப் பரம்பரைச் சட்டத்துக்கு எதிரான இயக்கம், தேச விடுதலைப் போராட்டம், கள்ளுக்கடை மறியல், தொழிலாளர் போராட்டம், விவசாயிகளுக்கான உரிமைப் போராட்டம் என்று பல போராட்டங்களை நடத்தியவர் தேவர். அவரை ஜாதி என்கிற சிறிய வட்டத்தில் சுருக்கிவிடமுடியாது.

இறந்த பிறகும், அவருடைய ஆதரவு எத்தனையோ பேருக்குத் தேவைப்படுகிறது. அதற்கு சாட்சியாகத்தான் ஆண்டுதோறும் பசும்பொன்னில் குருபூஜை நடக்கிறது. பல அரசியல் கட்சித் தலைவர்கள் அங்கே படையெடுக்கிறார்கள்.

தேவர் வாழ்க்கையில் நடந்த முக்கிய சம்பவங்கள்

★ ராமநாதபுரம் மாவட்டம், கமுதிக்கு அருகில் உள்ள 'கிழக்கு வீடு' என்கிற பரம்பரை வீடுதான் முத்துராமலிங்க தேவருக்கும் அவருடைய மூதாதையருக்கும் பூர்வீக வீடு.

★ பிறப்பு - அக்டோபர் 30, 1908. தந்தை - உக்கிரபாண்டிய தேவர். தாய் - இந்திராணி அம்மையார்.

★ 28.04.1909 அன்று தாய் இந்திராணி அம்மையார் இறந்து போனார்.

★ 1910. மேலும் இரண்டு பெண்களைத் திருமணம் செய்து கொண்டார் உக்கிரபாண்டிய தேவர்.

★ பாட்டியின் அரவணைப்பில், கல்லுப்பட்டியில் வளர ஆரம்பித்தார் தேவர்.

★ 'குறையற வாசித்தான் பிள்ளை' என்கிற ஆசிரியரிடம் ஆரம்பக் கல்வியைக் கற்றார்.

★ 'தஞ்சாவூர் வாத்தியார்' என்பவரிடம் ஆங்கிலமும் தமிழும் கற்றார்.

★ 1917. ஜூலை. கமுதி அமெரிக்க மிஷன் பள்ளியில் மூன்றாம் வகுப்பில் சேர்ந்தார்.

★ 1920. பசுமலை அமெரிக்க மிஷன் பள்ளியில் உயர்நிலை கல்வி கற்பதற்காகச் சேர்ந்தார்.

★ சேதுபதி அரசர் அழைத்ததால், ராமநாதபுரம் வந்தார். சேதுபதி உயர்நிலைப் பள்ளியில் ஆறாம் படிவம் என்கிற இறுதிப்

படிப்பில் சேர்ந்தார். மாவட்டம் எங்கும் பரவிய பிளேக் நோய் காரணமாகவும் வேறு பல காரணங்களாலும் அவர் படிப்புத் தடைப்பட்டது.

★ தந்தை உக்கிரபாண்டிய தேவர், சொத்துகளை தகாத வழியில் செலவழிப்பதைத் தடுப்பதற்காக பசும்பொன் வந்து குடியேறினார்.

★ *1927.* தந்தையார் மேல் வழக்குத் தொடுப்பதற்காக சென்னைக்கு வந்தார். வழக்கறிஞர் டி. சீனிவாச ஐயங்காரின் அறிமுகம் கிடைத்தது. அவர் நண்பரானார்.

★ அதே ஆண்டில், சென்னையில் நடந்த காங்கிரஸ் மாநாட்டில் பார்வையாளராகக் கலந்துகொண்டார். அந்த மாநாட்டில் தான் முதன் முறையாக சுபாஷ் சந்திரபோஸை சந்தித்தார். அவரைத் தன் மானசீகத் தலைவராக ஏற்றுக்கொண்டார்.

★ சொத்து தொடர்பாக, கிட்டத்தட்ட ஆறு ஆண்டுகள் நடந்த வழக்கில் தீர்ப்பு தேவருக்கு சாதகமாக அமைந்தது. எல்லா சொத்துகளும் அவருக்கு வந்து சேர்ந்தன.

★ *1932.* முதுகுளத்தூர் பகுதியில் கள்ளுக்கடை மறியலுக்கு ஆதரவு கொடுத்தார்.

★ *1933.* ஜுன் 23. சாயல்குடி, சுவாமி விவேகானந்தர் வாசக சாலை ஆண்டுவிழாவில், தேவர் தன் முதல் சொற்பொழிவை ஆற்றினார்.

★ *1934.* குற்றப் பரம்பரைச் சட்டத்துக்கு எதிராகப் போராட்டம் நடத்தினார். மே மாதம், 12, 13ம் தேதிகளில், பசும் பொன்னுக்கு அருகே இருந்த அபிராமம் என்னும் ஊரில், ‘ஆப்பநாட்டு மறவர் மாநாட்டை’ நடத்தினார்.

★ *1935.* கோவை, ராஜாஜி தலைமையில் நடந்த தமிழ்நாடு காங்கிரஸ் அரசியல் மாநாட்டில் பிரதிநிதியாகக் கலந்து கொண்டார்.

★ *1936.* பர்மாவுக்கு பயணம் செய்தார்.

★ *1936.* ஜில்லா போர்டு தேர்தல். முதுகுளத்தூர் பகுதியில், காங்கிரஸ் சார்பாகப் போட்டியிட்டு, வெற்றி பெற்றார்.

★ *1937.* சட்டமன்ற தேர்தல். ராமநாதபுரம் சட்டமன்ற தொகுதி காங்கிரஸ் வேட்பாளராகப் போட்டியிட்டார். எதிரணியில்,

நீதிக் கட்சியின் சார்பாக ராமநாதபுரம் அரசர் சண்முக ராஜேஸ்வர சேதுபதி போட்டியிட்டார். அந்தத் தேர்தலிலும் தேவர் வெற்றி பெற்றார். அந்த ஆண்டு அவருக்கு 'வாய்ப் பூட்டுச் சட்டம்' போட்டு மேடைகளில் பேசக்கூடாது என்று தடை விதித்திருந்தது ஆங்கிலேய அரசு.

★ பிரமலைக் கள்ளர்கள் வாழும் பகுதியில், குற்றப் பரம்பரைச் சட்டத்தை நீக்குவதற்காகப் போராடினார். 1939, பிப்ரவரி 15 அன்று, திருப்பரங்குன்றத்தில், ஒரு மாநாட்டை நடத்தினார். குற்றப் பரம்பரைச் சட்டத்தை நீக்கச் சொல்லி, பெரிய ஊர் வலம் நடத்தி, மதுரைக்கு வந்திருந்த ராஜாஜியிடம் மனு கொடுத்தார்.

★ 1937. மதுரைக்கு வந்த ஜெயபிரகாஷ் நாராயணனுக்கு வர வேற்பு கொடுத்தார்.

★ 1938. அக்டோபர் 15. பசுமலை மகாலட்சுமி மில் தொழிலாளர் கள் வேலை நிறுத்தத்துக்குக் காரணமாக இருந்தார் என்று கைது செய்யப்பட்டார்.

★ 1939. மதுரை நெசவாளைத் தொழிலாளர் வேலை நிறுத்தத் துக்கு அவர்தான் காரணம் என்று கைது செய்தது காவல்துறை.

★ 1938. ஜூன் 16. தந்தை உக்கிரபாண்டிய தேவர் காலமானார்.

★ 1939. ஃபார்வர்ட் பிளாக் கட்சியின், தமிழகக் கிளைக்கு தேவர் தலைவரானார். நேதாஜி, 'தென்னாட்டு போஸ்' என்ற பட்டத்தை தேவருக்குக் கொடுத்தார். செப்டெம்பர் 6. மதுரை யில் நடந்த பொதுக்கூட்டத்தில், நேதாஜியும் தேவரும் ஒரே மேடையில் பேசினார்கள்.

★ 1939. தேவர் மதுரையைவிட்டு எங்கும் போகக்கூடாது, மேடையில் பேசக்கூடாது என்று தடை. அதை மீறி, ரயிலில் சொந்த ஊருக்குப் போன தேவர் திருபுவனத்தில் கைது செய்யப்பட்டு, திருச்சி சிறையில் அடைக்கப்பட்டார்.

★ திருச்சி சிறையில் இருந்து தேவர் விடுதலை ஆனாலும், சிறை வாசலிலேயே திரும்பக் கைது செய்யப்பட்டார். அங்கிருந்து, வேலூர், அலிப்புரம், ராஜமுந்திரி, அமராவதி என்று பல சிறைகளுக்கு மாற்றப்பட்டார்.

★ 1942. ஜூன் 22. ஃபார்வர்ட் பிளாக் கட்சியைத் தடை செய்தது ஆங்கிலேய அரசு.

★ *1946*. சட்டமன்ற தேர்தல். முதுகுளத்தூர் தொகுதியில் வெற்றி பெற்றார்.

★ *1948*. காங்கிரஸுக்கு எதிராக, தம் ஃபார்வர்ட் பிளாக் கட்சி வேட்பாளர்களை ஜில்லா போர்டு தேர்தலில் நிறுத்தினார். கமுதி, சாயல்குடி இரண்டு தொகுதிகளிலும் அவர் நிறுத்திய வேட்பாளர்கள் வெற்றி பெற்றார்கள்.

★ *1949*. டிசம்பர். நேதாஜியின் சகோதரர் சரத் சந்திர போஸ் அழைப்பின் பேரில், கல்கத்தாவுக்குப் போனார்.

★ *1952*. பொதுத் தேர்தல். அருப்புக்கோட்டை நாடாளுமன்றத் தொகுதி, முதுகுளத்தூர் சட்டமன்ற தொகுதி, இரண்டிலும் போட்டியிட்டு, இரண்டிலும் வெற்றிபெற்றார்.

★ *1955*. தேவர் மறுபடியும் பர்மாவுக்குப் பயணம் செய்தார்.

★ *1957*. பொதுத் தேர்தல். ஸ்ரீவில்லிப்புத்தூர் நாடாளுமன்றத் தொகுதி, முதுகுளத்தூர் சட்டமன்ற தொகுதி இரண்டிலும் போட்டியிட்டு, இரண்டிலும் வெற்றி பெற்றார் தேவர்.

★ *1957*, செப்டெம்பர் *10*. முதுகுளத்தூர் வட்டாட்சியர் அலுவலகத்தில் நடந்த அமைதிப் பேச்சுவார்த்தையில் தேவர் கலந்துகொண்டார்.

★ செப்டெம்பர் *11*, பரமக்குடியில் இம்மானுவேல் தேவேந்திரர் படுகொலை செய்யப்பட்டார்.

★ செப்டெம்பர் *28*, *1957*. இம்மானுவேல் கொலை தொடர்பாக மதுரையில் தேவர் கைது செய்யப்பட்டார்.

★ *1959*, ஜனவரி *7*. இம்மானுவேல் கொலைக்கும் தேவருக்கும் தொடர்பில்லை என்று தீர்ப்பாகி, விடுதலையானார்.

★ *1959*, பிப்ரவரி, *17*. நாடாளுமன்றத்தில் தேவர் உரையாற்றினார்.

★ *1962*. பொதுத் தேர்தல். அருப்புக்கோட்டை நாடாளுமன்றத் தொகுதியில் வேட்பாளராக நின்று வெற்றி பெற்றார்.

★ *1963*. அக்டோபர் *23*. அதிகாலை ஐந்து மணி. உடல்நலக் குறைவு காரணமாக தேவர் காலமானார்.

பின்னிணைப்பு

ஆதாரங்கள்

1. பசும்பொன் தேவரின் சரித்திரம் - பேரா. காவ்யா சண்முக சுந்தரம் - காவ்யா, சென்னை.

2. சட்டப் பேரவையில் தேவர் பற்றிய சதிவழக்கு - கே. ஜீவ பாரதி - சுவாமிமலை பதிப்பகம் - சென்னை.

3. வாழும்போதே வரலாறான தேவர் - கே. ஜீவபாரதி - குமரன் பதிப்பகம், சென்னை.

4. பசும்பொன் தேவரும் கம்யூனிஸ்டுகளும் - கே. ஜீவபாரதி - சுவாமிமலை பதிப்பகம், சென்னை.

5. பசும்பொன் தேவரின் கட்டுரைகள் - கே. ஜீவபாரதி - குமரன் பதிப்பகம், சென்னை.

6. பசும்பொன் தேவரும் திராவிட இயக்கங்களும் - கே. ஜீவ பாரதி - சுவாமிமலை பதிப்பகம், சென்னை.

7. பசும்பொன் முத்துராமலிங்க தேவரின் வாழ்க்கை வரலாறு - இருளப்பன் - பாலாஜி புக்ஸ், சிவகாசி.

8. பசும்பொன் தேவர் திருமகனார் - தி.நா. அங்கமுத்து - அழகு பதிப்பகம், சென்னை.

9. தெய்வீகத் திருமகன் பசும்பொன் முத்துராமலிங்க தேவர் தியாக வரலாறு - முகவை மேத்தா - குட்புக்ஸ் பப்ளி கேஷன்ஸ், சென்னை.

10. சமூக உரிமைப் போராளி இம்மானுவேல் தேவேந்திரர் - தமிழவேள் - பண்பாட்டு ஆய்வகம், புதுவை.

11. http://thevar.co.in

12. http://moovendar.blogspot.com

13. http://www.devaronline.com

14. http://en.wikipedia.org/wiki/U._Muthuramalingam_Thevar

www.ingramcontent.com/pod-product-compliance
Lightning Source LLC
LaVergne TN
LVHW100339051026
849518LV00003B/851
* 9 7 8 8 1 8 4 9 3 5 8 6 8 *